# IBIBIGAY NG AKING AMA SA INYO, SA PANGALAN KO

Dr. Jaerock Lee

*"Pakatandaan ninyo: anumang hingin ninyo sa Ama sa Aking pangalan ay ibibigay Niya sa inyo. Hanggang ngayo'y wala pa kayong hinihingi sa Kanya sa Aking pangalan. Humingi kayo, at kayo'y tatanggap upang malubos ang inyong kagalakan." (Juan 16:23-24)*

**Ibibigay Ng Aking Ama Sa Inyo, Sa Pangalan Ko**
ni Dr. Jaerock Lee

Inilathala ng Urim Books (Representative: Johnny H. Kim)
73, Yeouidaebang-ro 22-gil, Dongjak-gu, Seoul, Korea
www.urimbooks.com

Sarili ang lahat ng karapatan. Ang buong aklat o bahagi nito ay hindi maaaring kopyahin o itago sa anumang porma o pamamaraan, o ikalat sa anumang porma o pamamaraan maging ito ay electronic, mekanikal, pagpaparami ng kopya, pag-rekord at iba pa, nang walang nakasulat na pahintulot mula sa naglimbag.

Kung hindi nakatala, lahat ng siniping talata ay nagmula sa Magandang Balita Biblia (MBBTAG) Copyright © Philippine Bible Society 2012.

Karapatan ng May-akda © 2009 Dr. Jaerock Lee
ISBN: 979-11-263-0661-9 03230

Karapatan ng May-akda sa Pagsasalin © 2009 door Dr. Esther K. Chung. Ginamit na may pahintulot.

Dating inilathala sa pamamagitan ng Korean Urim Books ng 1990

*Unang Nilimbag, Pebrero 2021*

Patnugot - Dr. Geumsun Vin
Disenyo - Editorial Bureau ng Urim Books
Imprenta - Yewon Printing Company
Para sa karagdagang impormasyon, sumulat sa
urimbook@hotmail.com

# Mensahe sa Paglimbag

*"Pakatandaan ninyo: anumang hingin ninyo sa Ama sa Aking pangalan ay ibibigay Niya sa inyo" (Juan 16:23).*

Ang Cristianismo ay pananampalataya kung saan nakakatagpo ng mga tao ang buhay na Diyos at nararanasan ang Kanyang pagkilos sa pamamagitan ni Jesu-Cristo.

Sapagkat ang Diyos ay makapangyarihang Diyos na lumikha ng langit at lupa at namamahala sa kasaysayan ng sansinukob ganoon din sa buhay, kamatayan, sumpa, at pagpapala sa tao, sinasagot Niya ang panalangin ng Kanyang mga anak at ninanais Niyang mamuhay ng pinagpalang buhay na naaangkop para sa kanila. Ang sinumang tunay na anak ng Diyos ay may kapangyarihan na nararapat lang na mapasa-kanya bilang anak ng Diyos. Sa pamamagitan ng kapangyarihang ito, nararapat siyang mamuhay na posibleng mangyari ang lahat ng bagay, hindi siya nagkukulang ng anuman, at nagtatamasa siya ng mga pagpapala nang walang dahilan para mainggit o magselos sa kapwa. Sa pamumuhay ng nag-uumapaw na kasaganahan, kalakasan, at tagumpay, dapat niyang luwalhatiin ang Diyos sa pamamagitan ng buhay niya.

Para maranasan ang kasiyahan ng buhay na pinagpala, nararapat na lubos na maunawaan ng tao ang batas ng espirituwal na kaharian tungkol sa mga sagot ng Diyos at matanggap niya ang lahat ng bagay na hinihingi niya sa Diyos sa pangalan ni Jesu-Cristo.

Ang librong ito ay pinagsama-samang mensahe na naipangaral na noon sa lahat ng mananampalataya, lalong-lalo na sa mga naniniwala nang walang pag-aalinlangan sa makapangyarihang

Diyos at nagnanais na mamuhay ng isang buhay na puno ng mga kasagutan ng Diyos.

 Nawa'y magsilbing gabay sa lahat ng mga mambabasa ang librong ito, Ibibigay Ng Aking Ama Sa Inyo, Sa Pangalan Ko para mabatid nila ang batas ng espirituwal na kaharian sa mga kasagutan ng Diyos. At magkaroon sila ng kakayahang tumanggap ng lahat ng bagay na kanilang hinihiling sa panalangin, idinadalangin ko sa pangalan ni Jesu-Cristo!

 Lubos akong nagpapasalamat at niluluwalhati ang Diyos dahil niloob Niya na maihatid ng librong ito ang mahalagang salita Niya para mailathala, at taimtim akong nagpapasalamat sa lahat ng mga nagsikap nang husto para sa gawaing ito.

*Jaerock Lee*

# Nilalaman

Ibibigay Ng Aking Ama Sa Inyo, Sa Pangalan Ko

Mensahe sa Paglimbag

*Kabanata 1*
Mga Paraan Upang Matanggap Ang Mga Kasagutan Ng Diyos   1

*Kabanata 2*
Kailangan Pa Nating Humingi Sa Kanya   15

*Kabanata 3*
Ang Espirituwal Na Batas Sa Mga Kasagutan Ng Diyos   25

*Kabanata 4*
Wasakin Ang Pader Ng Kasalanan   39

*Kabanata 5*
Kung Ano Ang Itinanim, Iyon Din Ang Aanihin   53

*Kabanata 6*
Tumanggap Si Elias Ng Kasagutan Ng Diyos Sa Pamamagitan Ng Apoy   69

*Kabanata 7*
Paano Mo Makakamit Ang Mga Ninanais Ng Puso Mo   81

Kabanata 1

# Mga Paraan Upang Matanggap Ang Mga Kasagutan Ng Diyos

Mga anak, huwag tayong magmahal sa pamamagitan ng salita lamang, kundi patunayan natin ito sa pamamagitan ng gawa. Dito nga natin matitiyak na tayo'y nasa panig ng katotohanan, at matatahimik ang ating budhi sa harapan ng Diyos sakali mang tayo'y usigin nito. Sapagkat ang Diyos ay higit sa ating budhi, at alam Niya ang lahat ng bagay. Mga minamahal, kung hindi tayo inuusig ng ating budhi, makakalapit tayo sa Diyos na panatag ang ating kalooban. Tinatanggap natin ang anumang ating hilingin sa Kanya dahil sinusunod natin ang Kanyang mga utos at ginagawa ang nakalulugod sa Kanya

(1 Juan 3:18-22).

Isa sa mga pinanggagalingan ng malaking kagalakan para sa mga anak ng Diyos ay ang katotohanang buhay ang makapangyarihang Diyos, sumasagot sa kanilang mga panalangin, at ginagawa ang lahat ng bagay para sa kanilang ikabubuti. Ang mga taong naniniwala sa katotohanang ito ay taimtim na nananalangin para tanggapin nila ang mga bagay na kanilang hinihiling sa Diyos at maluwalhati Siyang lubos.

Sinasabi sa atin sa 1 Juan 5:14, *"May lakas-loob tayong lumapit sa Kanya dahil alam nating ibibigay Niya ang anumang hingin natin kung ito'y naaayon sa Kanyang kalooban."* Ang talatang ito ay nagpapaalala sa atin na kung tayo ay hihingi ayon sa kalooban ng Diyos, may karapatan tayong tanggapin ang kahit ano mula sa Kanya. Kahit gaano pa kasama ang isang magulang, kapag humingi ang kanyang anak ng tinapay hindi niya ito bibigyan ng bato, at kapag humingi ng isda hindi bibigyan ng ahas. Ano kaya ang maaaring pumigil sa Diyos para hindi ibigay ang mabubuting handog sa kanyang mga anak kapag sila ay humingi sa Kanya?

Nang lumapit kay Jesus ang babaing Cananeo sa Mateo 15:21-28, hindi lang siya tumanggap ng mga kasagutan sa panalangin kundi natugunan din ang nais ng kanyang puso. Kahit na pinahihirapan ng demonyo ang kanyang anak na babae, hiniling niya na pagalingin ito ni Jesus dahil naniniwala siya na lahat ng bagay ay posible sa mga nananalig. Ano kaya ang ginawa ng Diyos sa babaing itong hindi nawalan ng pag-asa na muling gagaling ang anak niya? Makikita natin sa Juan 16:23,

"*Sa araw na iyon, hindi na ninyo kailangang humingi sa Akin. Pakatandaan ninyo: anumang hingin ninyo sa Ama sa Aking pangalan ay ibibigay Niya sa inyo,*" sa nakita ni Jesus na pananampalataya ng babae, ibinigay kaagad ang kanyang kahilingan. *"At sinabi sa kanya ni Jesus, 'Ginang, napakalaki ng iyong pananampalataya! Mangyayari ang hinihiling mo.'* At noon di'y gumaling ang kanyang anak (Mateo 15:28).

Kamangha-mangha at napakatamis ng kasagutan ng Diyos!

Kung tayo ay naniniwala sa buhay na Diyos, bilang mga anak Niya dapat natin Siyang luwalhatiin sa pagtanggap ng hiniling sa Kanya. Sa mga talatang pinagbatayan ng kabanatang ito, lalo pa nating palawakin ang ating kaalaman tungkol sa mga paraan kung paano pa tayo makakatanggap ng mga kasagutan mula sa Kanya.

## 1. Dapat Tayong Maniwala Sa Diyos Na Nangakong Sasagutin Tayo

Ipinangako ng Diyos sa atin sa Biblia na sasagutin Niya ang ating panalangin at mga hiling. Kaya naman kapag hindi tayo nag-aalinlangan ay maaari tayong taimtim na humingi at tumanggap ng lahat ng ating hiniling sa Diyos.

Mababasa natin sa Mga Bilang 23:19, *"Ang Diyos ay hindi sinungaling na tulad ng tao. Anumang sabihin Niya'y Kanyang gagawin, kung mangako man Siya, ito'y Kanyang tutuparin."* Sa Mateo 7:7-8 ipinangako ng Diyos sa atin, *"Humingi kayo at kayo'y bibigyan; humanap kayo at kayo'y makakatagpo;*

*kumatok kayo at kayo'y pagbubuksan. Sapagkat ang bawat humihingi ay tatanggap, ang bawat humahanap ay makakatagpo; at ang bawat kumakatok ay pagbubuksan."*

Sa buong Biblia ay maraming nakasulat tungkol sa mga pangako ng Diyos, na sasagutin Niya kung hihingi tayo ayon sa Kanyang kalooban. Ilang halimbawa ang mga sumusunod:

*"Kaya't sinasabi Ko sa inyo, anuman ang hingin ninyo sa inyong panalangin, maniwala kayong natanggap na ninyo iyon, at matatanggap nga ninyo iyon" (Marcos 11:24).*

*"Kung nananatili kayo sa Akin at nananatili sa inyo ang Aking mga salita, hingin ninyo ang anumang nais ninyo at ibibigay iyon sa inyo" (Juan 15:7).*

*"At anumang hilingin ninyo sa Aking pangalan ay gagawin Ko upang maparangalan ang Ama sa pamamagitan ng Anak" (Juan 14:13).*

*"Kung maganap na ito, kayo'y tatawag, lalapit, at dadalangin sa Akin, at diringgin Ko naman kayo. Kapag hinanap ninyo Ako, Ako'y inyong matatagpuan; kung buong puso ninyo Akong hahanapin" (Jeremias 29:12-13).*

*"Kung kayo ay may bagabag, Ako lagi ang tawagin; kayo'y Aking ililigtas, Ako'y inyong pupurihin" (Awit 50:15).*

Ang ganitong pangako ng Diyos ay matatagpuan sa Luma at Bagong Tipan. Kahit na nag-iisa lang ang talatang nasusulat tungkol sa pangakong ito, dapat tayong manangan sa talatang iyon at manalangin para tanggapin ang mga kasagutan Niya. Pero maraming beses na matatagpuan ang pangakong ito sa Biblia, kaya dapat tayong maniwala na ang Diyos ay buhay at kumikilos, noon, ngayon at magpakailanman (Hebreo 13:8).

Higit pa riyan, sinasabi sa atin ng Biblia na maraming mapapalad na lalaki at babae na naniwala sa salita ng Diyos, na humiling at tumanggap ng mga kasagutan Niya. Dapat nating tularan ang pananampalataya ng mga taong ito at mamuhay na palaging tumatanggap ng Kanyang mga kasagutan.

Nang sabihin ni Jesus sa paralitiko sa Marcos 2:1-12, *"Pinapatawad na ang mga kasalanan mo...Tumayo ka, buhatin mo ang iyong higaan, at umuwi ka na!"* ang paralitiko ay tumayo, binuhat ang kanyang higaan at umalis habang nakatingin ang lahat ng naroroon, at lahat ay namangha at nagpuri sa Diyos.

Ang opisyal ng hukbong Romano sa Mateo 8:5-13 ay lumapit kay Jesus dahil naparalisa ang katulong niya at nakaratay sa bahay niya, hirap na hirap ito kaya sinabi niya sa Kanya, *"Sabihin lamang po Ninyo at gagaling na ang aking katulong."* Alam natin na nang sabihin ni Jesus sa opisyal, *"Umuwi ka na; mangyayari ang hinihiling mo ayon sa iyong pananampalataya,"* ang katulong niya ay gumaling noong oras ding iyon.

Ang ketongin sa Marcos 1:40-42 ay lumapit kay Jesus, lumuhod at nagmakaawa, "Kung nais Mo, mapapagaling at maaari Mo akong linisin." Sa Kanyang habag at awa sa ketongin, hinawakan Niya ang lalaki at sinabi, "Oo, nais ko! Gumaling ka!" Makikita nating nawala ang ketong ng lalaki at gumaling siya.

Niloloob ng Diyos na tumanggap ang lahat ng tao ng kasagutan sa anumang kanilang hinihiling sa pangalan ni JesuCristo. Nais din Niya na lahat ng tao ay maniwala sa Kanya na nangakong sasagutin ang kanilang panalangin, manalangin ng hindi pabago-bago ang puso at hindi sumusuko, at maging mapapalad na anak Niya.

## 2. Mga Uri Ng Panalangin Na Hindi Sinasagot Ng Diyos

Kapag ang tao ay naniniwala at nananalangin ayon sa kalooban ng Diyos, nabubuhay ayon sa salita Niya, at namamatay tulad ng ipa ng trigo, napapansin ng Diyos ang kanilang puso at dedikasyon at sinasagot ang kanilang panalangin. Pero may mga taong hindi nakakatanggap ng sagot ng Diyos kahit na nananalangin, ano kaya ang dahilan nito? Maraming tao sa Biblia ang hindi nakatanggap ng Kanyang mga kasagutan kahit na nanalangin sila. Sa pag-aaral ng mga dahilan kung bakit hindi sila nakatanggap ng kasagutan ng Diyos, dapat nating matutunan kung paano tayo makakatanggap ng mga kasagutan mula sa Kanya.

Una, kung patuloy tayong nagtatago ng kasalanan sa ating puso at nananalangin, sinasabi sa atin ng Diyos na hindi Niya tayo sasagutin sa ating panalangin. Sinasabi sa Awit 66:18, *"Kung sa kasalanan ako'y magpatuloy, di sana ako'dininig ng ating Panginoon,"* at sa Isaias 59:1-2 ipinapaalala sa atin, *"Tingnan ninyo, si Yahweh ay may kakayahan upang iligtas ka; Siya'y hindi bingi upang hindi marinig ang inyong hinaing. Ang masasama ninyong gawa ang dahilan ng pagkawalay ninyo sa Diyos. Nagkasala kayo kaya hindi ninyo Siya makita, at hindi Niya kayo marinig."* Dahil ang kaaway na diablo ay hahadlangan ang ating panalangin dahil sa kasalanan natin, ito ay aabot lang sa hangin at hindi makakarating sa trono ng Diyos.

Ikalawa, kung mananalangin tayo na may kagalit na mga kapatid, hindi tayo sasagutin ng Diyos. Hindi tayo mapapatawad na Ama natin sa langit kung hindi pa rin natin buong pusong pinapatawad ang ating mga kapatid (Mateo 18:35), ang ating panalangin ay hindi makakarating sa Diyos at hindi Niya sasagutin.

Ikatlo, kung nananalangin tayo para matugunan ang labis na paghahangad natin, hindi sasagutin ng Diyos ang ating panalangin. Kung balewala sa atin ang Kanyang kaluwalhatian at sa halip ay nananalangin tayo ayon sa pagnanasa ng makasalanang likas natin at para lang sa pansarili ang anumang tinanggap sa Diyos, hindi Niya tayo sasagutin (Santiago 4:2-3). Halimbawa, sa masunurin at masipag mag-aral na anak, ang ama ay nagbibigay ng baon sa tuwing humihingi ito. Sa anak na pasaway na walang pakialam sa pag-aaral, mabigat sa loob ng ama na bigyan siya ng baon o mag-aalala ito na baka niya gastusin sa maling paraan. Ganuon din kapag humingi tayo na may maling motibo para lang masayahan ang sarili, hindi tayo sasagutin ng Diyos dahil maaari tayong mapadpad sa maling daan.

Ikaapat, hindi tayo dapat manalangin o umiyak para sa mga sumasamba sa diyus-diyosan (Jeremias 11:10-11). Dahil una sa lahat, ayaw ito ng Diyos, dapat lang tayong manalangin para sa kaligtasan ng kanilang kaluluwa. Ang iba pang panalangin o kahilingan para sa kanila ay hindi na sasagutin.

Ikalima, hindi sumasagot ang Diyos sa mga panalangin na puno ng pag-aalinlangan, makakatanggap lang tayo ng mga kasagutan mula sa Panginoon kapag naniniwala tayo at hindi nagdududa (Santiago 1:6-7). Sigurado akong marami sa inyo ang nakasaksi ng pagpapagaling ng malulubhang karamdaman at paglutas ng mukhang imposibleng mga problema nang hiniling ng mga tao na mamagitan ang Diyos. Dahil sinabi sa atin ng Diyos, *"Tandaan ninyo ito: kung kayo'y nananampalataya sa Diyos at hindi kayo nag-aalinlangan, maaari ninyong sabihin sa bundok na ito, 'Umalis ka riyan at tumalon ka sa dagat' at ito nga ay mangyayari.*" (Marcos 11:23). Dapat ninyong malaman na ang panalangin na puno ng pag-aalinlangan ay hindi masasagot at ang panalangin na ayon sa kalooban ng Diyos ang magbibigay sa atin ng kasiguraduhan.

Ikaanim, kung hindi natin sinusunod ang utos ng Diyos, ang ating mga panalangin ay hindi sasagutin. Kapag tayo ay sumusunod sa utos ng Diyos at gagawin ang anumang makalulugod sa Kanya, sinasabi sa atin ng Biblia na magkakalakas-loob tayo sa harapan ng Diyos at matatanggap ang anumang hilingin sa Kanya (1 Juan 3:21-22). Dahil sinasabi sa atin sa Kawikaan 8:17, *"Mahal Ko silang lahat na sa Aki'y nagmamahal, kapag hinanap Ako nang masikap, tiyak na masusumpungan,"* ang panalangin ng mga taong sumusunod sa utos ng Diyos dahil sa kanilang pagmamahal sa Kanya (1 Juan 5:3) ay siguradong sasagutin.

Ikapito, hindi natin matatanggap ang kasagutan ng Diyos nang hindi tayo nagtatanim. Mababasa sa Galacia 6:7, *"Huwag ninyong akalaing madadaya ninyo ang Diyos. Kung ano ang itinanim ng tao, iyon din ang kanyang aanihin,"* at sinasabi sa 2 Corinto 9:6. *"Tandaan ninyo ito: ang nagtatanim ng kakaunti, ay aani ng kaunti, at ang nagtatanim naman ng marami ay aani ng marami."* Kung walang itatanim ay walang aanihin. Kung ang isang tao ay nagtatanim ng panalangin, ang kaluluwa niya ay magiging maayos; kung siya ay nagtatanim sa pagkakaloob, makakatanggap siya ng pinansiyal na pagpapala, at kung magtanim siya ng mabuting gawa, bibiyayaan siya ng kalusugan. Sa kabuuan, dapat kang magtanim ng kung ano ang nais mong anihin at magtanim nang maayos para matanggap mo ang kasagutan ng Diyos.

Bukod pa riyan, kung hindi mananalangin ang mga tao sa pangalan ni Jesu-Cristo o mula sa kanilang puso, o patuloy na magrereklamo, ang kanilang mga panalangin ay hindi sasagutin. Ang hindi pagkakasundo ng mag-asawa (1 Pedro 3:7) o pagsuway ay hindi garantiya ng mga kasagutan ng Diyos.

Dapat nating laging tandaan na ang mga sitwasyong ito ay nagiging hadlang sa pagitan natin at ng Diyos. Tatalikuran Niya tayo at lalayo Siya sa atin at hindi sasagutin ang ating panalangin. Kaya naman, dapat nating hanapin ang kaharian at katuwiran ng Diyos, tumawag sa Kanya sa pananalangin para matanggap natin ang mga naisin ng ating puso, at palaging makatanggap ng Kanyang mga kasagutan, panghahawakan lang nang matibay ang pananampalataya sa Kanya hanggang sa huli.

### 3. Mga Sikreto Upang Makatanggap Ng Mga Kasagutan Sa Ating Panalangin

Sa simula ng buhay ng isang Cristiano, pwede siyang ikumpara sa isang sanggol, at sinasagot ng Diyos ang kanyang panalangin. Dahil hindi pa niya alam ang buong katotohanan, kung isasabuhay niya ang salita ng Diyos na natututunan niya kahit kaunti, sinasagot siya ng Diyos tulad ng sanggol na humihingi ng gatas, at inaakay para makilala ang Diyos. Sa kanyang patuloy na pakikinig at pagkaunawa sa katotohanan, unti-unti siyang lumalaki, habang isinasabuhay niya ang katotohanan, at sasagutin siya ng Diyos. Kung siya ay lumaki na mula sa pagiging "bata" sa espirituwal na aspeto pero patuloy sa paggawa ng kasalanan at hindi namumuhay ayon sa salita, hindi niya matatanggap ang kasagutan ng Diyos; sa puntong iyon, makikita niya ang kasagutan ng Diyos sa abot ng pagpapabanal niya.

Kaya nga, upang makatanggap ng Kanyang kasagutan ang mga taong hindi nakakatanggap nito, dapat muna silang humingi ng tawad at magsisi, talikuran ang mga kasalanan, at magsimulang mamuhay nang sumusunod sa salita ng Diyos. Kapag namumuhay sila sa katotohanan pagkatapos magsisi, bibigyan sila ng Diyos ng kahanga-hangang mga pagpapala. Si Job ay may pananampalatayang nasa isip lang niya, kaya sa simula nagreklamo siya laban sa Diyos nang dumating ang pagsubok at kagipitan. Nang makilala niya ang Diyos, at magsisi siya mula sa puso, pinatawad niya ang kanyang mga kaibigan at namuhay siya sa salita ng Diyos. Kaya pinagpala ng Diyos si Job nang doble pa sa dating mga ari-arian (Job 42:5-10).

Namalayan na lang ni Jonas na nasa loob siya ng malaking isda dahil sa kanyang pagsuway sa utos ng Diyos. Pero nang siya ay nanalangin, nagsisi, at nagpasalamat na may pananampalataya, inutusan ng Diyos ang isda, at iniluwa si Jonas sa tuyong lupa (Jonas 2:1-10).

Kapag tatalikod tayo sa ating mga maling gawa, magsisisi, mamumuhay ayon sa kalooban ng Diyos, maniniwala at hihingi ng tulong Niya, ang kaaway na demonyo ay darating sa atin mula sa isang direksyon pero lalayas mula sa pitong direksyon. Syempre, ang mga sakit, problema sa mga anak at sa pinansiyal ay malulutas. Ang asawang nang-uusig ay magiging mabait at mabuting asawa at magkakaroon ng kapayapaan sa pamilya at maluluwalhati nang labis ang Diyos.

Kung tinalikuran natin ang ating masasamang gawain, nagsisi, at tumanggap ng Kanyang mga kasagutan sa ating mga panalangin, dapat tayong magbigay puri sa Diyos sa pamamagitan ng pagpapahayag ng ating kagalakan. Kapag nalulugod at niluluwalhati natin Siya sa pamamagitan ng ating patotoo, hindi lang papuri at kasiyahan ang natatanggap ng Diyos, nagiging masigasig Siyang magtanong sa atin, "Ano kaya ang ibibigay Ko sa iyo?"

Halimbawang binigyan ng nanay ang kanyang anak ng regalo at ang anak ay mukhang hindi natuwa ni nagpahayag ng kanyang pasasalamat, maaaring hindi na siya bigyan pa ng nanay ng kahit ano. Ngunit kung ang anak ay naging mapagpasalamat sa regalo at nalugod ang nanay niya, mas gaganahan pa ito at maghahangad na mabigyan pa siya ng mas maraming regalo at paghahandaan pa ito. Sa ganuon ding paraan, makakatanggap tayo ng higit pa mula sa Diyos Ama kapag niluluwalhati natin Siya, inaalala na Siya ay nalulugod sa Kanyang mga anak na tumatanggap ng mga kasagutan sa kanilang mga panalangin, at nagbibigay pa ng mas marami pang mga kaloob sa mga nagpapatotoo sa mga kasagutan Niya.

Lahat tayo ay humiling ayon sa kalooban ng Diyos, ipakita sa Kanya ang ating pananampalataya at dedikasyon, at tumanggap mula sa Kanya anuman ang ating hingin. Ang pagpapakita sa Diyos ng ating pananampalataya at dedikasyon ay maaaring mahirap gawin ayon sa pananaw ng tao. Gayunman, mapupuno lang ang buhay natin ng pagpapasalamat, kagalakan at kahalagahan kapag itinapon natin ang mabibigat na kasalanan na nagiging hadlang sa katotohanan, magtutuon tayo sa walang hanggang langit, tatanggap ng mga kasagutan sa ating mga panalangin, at makapag-ipon ng ating mga gantimpala sa kaharian ng langit. Bukod pa riyan, ang ating mga buhay ay higit na pagpapalain dahil ang mga pagsubok at paghihirap ay maitataboy at ang tunay na kapanatagan ay mararamdaman sa pag-iingat at proteksyon ng Diyos.

Nawa ang bawat isa sa inyo ay humingi sa pamamagitan ng pananampalataya ng anumang naisin ninyo, manalangin nang taimtim, labanan ang kasalanan at sumunod sa Kanyang mga utos upang tanggapin ang anumang hilingin ninyo, bigyang-lugod Siya sa lahat ng gawain, at magbigay ng higit na papuri sa Kanya, sa pangalan ni Jesu-Cristo, ito ang dalangin ko!

Kabanata 2

# Kailangan Pa Nating Humingi Sa Kanya

Maaalala rin ninyo ang inyong kasamaan, at dating kasuklam-suklam na mga gawa. Dahil dito, masusuklam kayo sa inyong mga sarili. Dapat ninyong malaman na ginagawa Ko ang lahat ng ito ngunit hindi dahil sa inyo. Dapat kayong mahiya dahil sa inyong kasamaan, mga Israelita. Ipinasasabi pa ni Yahweh: "Kapag nalinis Ko na kayo sa inyong karumihan, muli Kong patitirahan ang inyong mga lungsod at muling itatayo ang mga lugar na wasak. Ang mga ilang na dako ay muling bubungkalin. Kapag nakita ito ng mga tao ay sasabihin nila, 'Ang lugar na ito'y dating tiwangwang ngunit ngayo'y parang hardin ng Eden. Ang mga lungsod na wasak at walang tao, ngayon ay may nakatira na, muling nakatayo at naliligid ng muog.' Kung makita nilang muli nang naitayo ang mga guho at puno ng pananim ang dating tigang na lupain, makikilala ng mga karatig-bansa na Ako si Yahweh. Akong si Yahweh ang may sabi nito at ito'y gagawin Ko"

(Ezekiel 36:31-37).

Sa pamamagitan ng animnapu't anim na mga aklat ng Biblia, ang Diyos na hindi nagbabago mula pa nuon, ngayon, at magpakailanman (Hebreo 13:8) ay nagpapahayag ng katotohanan na Siya ay buhay at kumikilos. Sa mga naniniwala at sumusunod sa Kanyang salita sa panahon ng Lumang Tipan, sa panahon ng Bagong Tipan, at hanggang ngayon, tapat na nakapagpahayag ang Diyos ng mga patunay ng Kanyang gawa.

Ang Diyos na Manlilikha ng lahat ng bagay sa sansinukob at ang namumuno ng buhay, kamatayan, sumpa, at pagpapala sa sangkatauhan ay nangakong "pagpapalain" tayo (Deuteronomio 28:5-6) hangga't naniniwala tayo at sumusunod sa Kanyang salita na matatagpuan sa Biblia. Ngayon, kung tayo ay tunay na naniniwala sa kahanga-hanga at kamangha-manghang katotohanang ito, ano pa ang kulang sa atin at ano pa ang hindi natin maaaring matanggap? Mababasa natin sa Mga Bilang 23:19 *"Ang Diyos ay hindi sinungaling, na tulad ng tao. Anumang sabihin Niya'y Kanyang gagawin, kung mangako man Siya, ito'y Kanyang tutuparin."* Nagsasabi ba ang Diyos nang hindi Niya ginagawa? Nangangako ba Siya at hindi Niya tinutupad? Dahil si Jesus ay nangako sa atin sa Juan 16:23, *"Sa araw na iyon, hindi na ninyo kailangang humingi sa Akin. Pakatandaan ninyo: anumang hingin ninyo sa Ama sa Aking pangalan ay ibibigay Niya sa inyo."* Tunay na mapalad ang mga anak ng Diyos.

Kaya, natural lang para sa mga anak ng Diyos na tumanggap ng anumang hilingin nila at magbigay-luwalhati sa kanilang Ama sa langit. Bakit kaya karamihan sa mga Cristiano ay bigong mamuhay ng ganoon? Sa mga talatang pinagbatayan ng kabanatang ito, palawigin natin kung paano tayo palaging makakatanggap ng mga kasagutan ng Diyos.

## 1. Nasabi Na Ito Ng Diyos At Gagawin Niya Ito Ngunit Dapat Pa Rin Tayong Humiling Sa Kanya

Bilang mga hinirang ng Diyos, ang mga Israelita ay nakatanggap ng masaganang mga pagpapala. Ipinangako sa kanila na kung sila ay tunay na susunod sa salita ng Diyos, itataas Niya sila nang higit sa mga bansa sa mundo, ibibigay ang tagumpay laban sa mga kaaway, at pagpapalain Niya ang lahat ng kanilang gawain (Deuteronomio 28:1,7,8). Ang mga pagpapalang iyon ay dumating sa mga Israelita nang sumunod sila sa Diyos, ngunit nang gumawa sila ng mali, sinuway ang Kautusan, at sumamba sa diyus-diyosan, sa galit ng Diyos, naging bihag sila at ang kanilang lupain ay nawasak.

Noong panahong iyon, sinabi ng Diyos sa mga Israelita na kung sila ay magsisisi at tatalikod sa kanilang maling mga gawain, loloobin Niya na maging masagana ang mga lupaing tigang at itatayo muli ang mga nawasak na mga lugar. Bukod diyan, sinabi ng Diyos *"Kung makita nilang muli nang naitayo ang mga guho at puno ng pananim ang dating tigang na lupain, makikilala ng mga karatig-bansa na Ako si Yahweh. Akong si Yahweh ang maysabi nito at ito'y gagawin Ko."* Ipinapasabi pa ni Yahweh: *"Ito pa ang gagawin Ko sa kanila. Ipagkakaloob Ko ang anumang hilingin nila sa Akin.*

*Pararamihin Ko sila, tulad ng makapal nilang kawan"* (Ezekiel 36:36-37).

Bakit pinangakuan ng Diyos ang mga Israelita na Siya ay kikilos pero sinabi rin na dapat sila ay patuloy na "humingi" sa Kanya?

Kahit na alam ng Diyos kung ano ang ating pangangailangan bago pa man tayo humingi sa Kanya (Mateo 6:8), sinabi rin Niya sa atin, *"Humingi kayo, at kayo'y bibigyan; Sapagkat ang bawat humihingi ay tatanggap…gaano pa kaya ang inyong Amang nasa langit? Bibigyan Niya ng mabubuting bagay ang sinumang humihingi sa Kanya!"* (Mateo 7:7-11).

Bukod diyan, dahil sa sinabi sa atin ng Diyos sa Biblia na kailangan nating humingi at tumawag sa Kanya para matanggap ang Kanyang mga kasagutan (Jeremias 33:3; Juan 14:14), ang mga anak ng Diyos na tunay na naniniwala sa Kanyang salita ay dapat pa ring humingi sa Kanya kahit na sinabi na Niya na tutuparin Niya ito.

Sa isang banda, kapag sinasabi ng Diyos, "Gagawin ko," kung naniniwala tayo at sumusunod sa Kanyang salita, matatanggap natin ang mga kasagutan. Sa kabilang banda, kung nagaalinlangan tayo, sinusubukan ang Diyos, at hindi nagiging mapagpasalamat kundi laging nagrereklamo sa panahon ng pagsubok at paghihirap – sa kabuuan, bigo tayong maniwala sa pangako ng Diyos – hindi natin matatanggap ang mga kasagutan ng Diyos. Kahit na nangako ang Diyos na "Gagawin ko," ang pangakong iyon ay matutupad lang kung panghahawakan natin sa panalangin at sa gawa. Hindi masasabing may pananampalataya ang isang tao kung hindi siya humihingi kundi umaasa lang sa pangakong iyon at nagsasabi, "Dahil sinabi ng Diyos, mangyayari ito." Hindi niya matatanggap ang kasagutan ng Diyos dahil wala itong kasamang gawa.

## 2. Dapat Tayong Humingi Upang Makatanggap Ng Mga Kasagutan Ng Diyos

*Una, dapat kayong manalangin para mawasak ang pader na humahadlang sa inyo at sa Diyos.*

Nang si Daniel ay nabihag sa Babilonia pagkatapos bumagsak ng Jerusalem, nabasa niya ang Kasulatan na naglalaman ng propesiya ni Jeremias at nalaman niya na ang pagkawasak ng Jerusalem ay magtatagal ng pitong taon. Sa loob ng pitong taon, nalaman din ni Daniel na paglilingkuran ng Israel ang hari ng Babilonia. Pagkatapos ng pitong taon, ang hari ng Babilonia, ang kanyang kaharian, at ang lupain ng mga Caldeo ay isusumpa at magiging tigang habang panahon dahil sa kanilang mga kasalanan. Kahit nabihag ang mga Israelita noong panahong iyon, ang pahayag ni Jeremias na magiging malaya sila at babalik sa kanilang lupain pagkatapos ng pitong taon ay nagbigay ng kagalakan at kaginhawahan kay Daniel.

Ngunit hindi ibinahagi ni Daniel ang kanyang kagalakan sa kapwa Israelita. Sa halip, nangako si Daniel na magmamakaawa sa Diyos sa pamamagitan ng panalangin at paghiling, sa pagaayuno, pagsusuot ng sako at paglalagay ng abo. At humingi siya ng tawad para sa sarili at sa mga Israelitang nagkasala, nagkamali, naging masama, nagrebelde at tumalikod sa mga utos at batas ng Diyos (Daniel 9:3-19).

Hindi inihayag ng Diyos sa pamamagitan ni propeta Jeremias kung paano matatapos ang pagkabihag ng Israel sa Babilonia; inihayag lang Niya ang pagtatapos ng pagkabihag pagkalipas ng pitong dekada. Dahil alam ni Daniel ang batas ng espirituwal na kaharian, alam na alam niya na ang pader na nakatayo sa pagitan ng Israel at ng Diyos ay dapat munang buwagin upang ang salita ng Diyos ay matupad. Ipinakita ni Daniel ang kanyang pananampalataya sa pamamagitan ng kanyang gawa. Sa pagaayuno at pagsisisi ni Daniel – para sa kanyang sarili at para sa mga Israelita – sa kanilang pagkakasala sa Diyos, at pagkakasumpa na rin, giniba ng Diyos ang pader, sinagot si Daniel, binigyan ang mga Israelita ng "pitumpung 'pito' [linggo]", at nagpahayag pa ng iba pang lihim sa kanya.

Habang humihingi tayo bilang anak ng Diyos ayon sa salita ng Ama, dapat nating matutunan na ang pagbuwag sa pader ng kasalanan ay mauuna kaysa sa pagtanggap ng anumang kasagutan sa ating mga panalangin. At dapat na gawin nating prayoridad ang pagbuwag sa pader.

*Ikalawa, dapat tayong manalangin nang may pananampalataya at kasamang pagsunod.*

Sa Exodo 3:6-8 mababasa natin ang pangako ng Diyos sa mga Israelita, na noong panahong nabihag sila ng Ehipto, palalayain Niya sila at dadalhin sa Canaan, ang lupaing dinadaluyan ng gatas at pulot. Ang Canaan ang lupaing ipinangako ng Diyos sa Israel (Exodo 6:8), ibibigay Niya ang lupain sa kanilang mga inapo at inutusan silang humayo (Exodo 33:1-3). Ito ang lupaing ipinangako kung saan iniutos ng Diyos na wasakin ang lahat ng diyus-diyosan nila at binalaan silang makipagtipan sa mga tao doon pati ang kanilang mga diyus-diyosan, para hindi sila mahulog sa bitag sa pagitan nila at ng Diyos. Ito ay pangako ng Diyos na palaging tumutupad sa Kanyang mga pangako. Bakit kaya hindi nakapasok sa Canaan ang mga Israelita?

Sa kawalan nila ng pananampalataya sa Diyos at sa kapangyarihan Niya, nagreklamo sila laban sa Kanya (Mga Bilang 14:1-3) at sumuway sa Kanya, at hindi nakapasok sa Canaan habang nakatayo sa pasukan nito (Mga Bilang 14:21-23; Hebreo 3:18-19). Sa madaling sabi, kahit na ipinangako ng Diyos sa mga Israelita ang lupain ng Canaan, wala itong halaga kung hindi sila naniwala o sumunod sa Kanya. Kung naniwala at sumunod lang sila, ang pangakong iyon ay tunay na matutupad. Sa bandang huli, tanging si Josue at Caleb na naniwala sa salita ng Diyos, kasama ang mga inapo ng mga Israelita, ang nakapasok sa Canaan (Josue 14:6-12). Sa kasaysayan ng Israel, alalahanin natin na makakatanggap lang tayo ng kasagutan ng Diyos kung hihingi tayo sa Kanya sa pamamagitan ng pagtitiwala sa Kanyang pangako at sa pagsunod, at tatanggap ng Kanyang mga kasagutan sa pamamagitan ng pananampalataya.

Kahit na naniwala si Moises sa pangako ng Diyos sa Canaan, dahil hindi naniwala ang mga Israelita sa kapangyarihan ng Diyos, kahit siya mismo ay pinagbawalang makapasok sa lupang pangako. Ang gawa ng Diyos ay nasasagot sa pamamagitan ng pananampalataya ng isang tao ngunit sa ibang pagkakataon nasasagot lang ito kapag ang bawat isa ay may pananampalataya na sapat sa pagpapahayag ng Kanyang gawa. Sa pagpasok sa Canaan, hiniling ng Diyos ang pananampalataya ng buong Israelita, hindi lang ni Moises. Dahil hindi Niya nakita ang pananampalatayang ito sa kanila, hindi sila pinahintulutang makapasok. Lagi nating tandaan na kapag hinanap ng Diyos ang pananampalataya hindi lang ng isang tao kundi ng lahat ng may kinalaman dito, lahat ay dapat manalangin ng may pananampalataya at pagsunod, at magkaisa sa puso para makatanggap ng mga kasagutan Niya.

Noong gumaling ang babaing labindalawang taon nang dinudugo dahil hinawakan ang laylayan ng damit ni Jesus, nagtanong Siya, "Sino ang humawak sa aking damit?" Sinabi Niya sa babae na magpatotoo sa nangyaring paggaling nito sa harap ng maraming taong naroroon (Marcos 5:25-34).

Ang patotoo ng isang tao kung paano kumilos ang Diyos sa kanyang buhay ay nakakatulong sa iba upang lumago sa kanilang pananampalataya at pinapalakas sila para mabago ang kanilang mga sarili na maging mga mapanalanginin, humihingi at tumatanggap ng Kanyang mga kasagutan. Sa pagtanggap ng kasagutan ng Diyos dahil sa pananampalataya, natutulungan ang hindi naniniwala para magkaroon ng pananampalataya at makatagpo ang buhay na Diyos. Tunay na kahanga-hangang paraan ito para maluwalhati Siya.

Sa paniniwala at pagsunod sa salita ng pagpapala na nasa Biblia, at pagsasaisip na dapat pa rin tayong humingi kahit nangako na sa atin ang Diyos, "Sinabi Ko ito at ito ay gagawin Ko," lagi nating tanggapin ang Kanyang mga kasagutan, maging pinagpalang mga anak tayo, at luwalhatiin Siya hanggang sa gusto natin.

Kabanata 3

# Ang Espirituwal Na Batas Sa Mga Kasagutan Ng Diyos

Lumabas si Jesus, at gaya ng Kanyang kinagawian, nagpunta siya sa Bundok ng mga Olibo kasama ang mga alagad. Pagdating doo'y sinabi Niya sa kanila, "Manalangin kayo upang hindi kayo madaig ng tukso." Iniwan Niya sila at pumunta sa di-kalayuan, at doo'y lumuhod at nanalangin. Sabi Niya, "Ama, kung loloobin mo, ilayo Mo sa Akin ang kopang ito, ngunit huwag ang kalooban Ko ang masunod, kundi ang kalooban Mo." Nagpakita sa Kanya ang isang anghel mula sa langit at pinalakas ang loob Niya. Dala ng matinding hinagpis, Siya'y nanalangin nang lalong taimtim, at pumatak sa lupa ang Kanyang pawis na parang malalaking patak ng dugo." Pagkatapos manalangin, Siya'y tumayo at lumapit sa Kanyang mga alagad. Naratnan Niyang natutulog ang mga ito dahil sa labis na kalungkutan. "Bakit kayo natutulog?"
tanong Niya. "Bumangon kayo at manalangin upang hindi kayo madaig ng tukso"

---

(Lucas 22:39-46).

Ang mga anak ng Diyos na naligtas ay nagkakaroon ng karapatang tumanggap mula sa Diyos ng anumang hingin nila sa pamamagitan ng pananampalataya. Kaya mababasa natin sa Mateo 21:22, *"Anumang hingin ninyo sa panalangin ay tatanggapin ninyo kung naniniwala kayo."*

Pero maraming tao ang nagtataka kung bakit hindi sila nakakatanggap ng mga sagot mula sa Diyos pagkatapos manalangin, at nagtatanong kung umabot kaya ito sa Diyos, o nagdududa kung narinig ba man lang ng Diyos ang kanilang panalangin.

Kung dapat nating malaman ang tamang paraan at mga ruta sa paglalakbay na walang aberya, dapat ding malaman natin ang tamang paraan at ruta ng pananalangin, para tumanggap tayo ng mabilis na sagot. Hindi garantiya ang pananalangin mismo para makatanggap ng sagot mula sa Diyos, kailangan nating matutunan ang mga batas ng espirituwal na kaharian sa Kanyang mga kasagutan at manalangin nang naaayon sa batas na ito.

Tingnan nating mabuti ang batas ng espirituwal na kaharian sa mga kasagutan ng Diyos at ang kaugnayan nito sa pitong Espiritu ng Diyos.

## 1. Ang Batas Ng Espirituwal Na Kaharian Sa Mga Kasagutan Ng Diyos

Dahil ang panalangin ay paghingi sa makapangyarihang Diyos ng mga bagay na gusto at kailangan natin, matatanggap lang natin ang Kanyang mga sagot kung tayo ay hihingi ayon sa batas ng espirituwal na kaharian. Walang magagawa ang kakayahan ng tao kung nakasalalay sa isip, pamamaraan, katanyagan, at kaalaman para sagutin siya ng Diyos.

Sapagkat ang Diyos ay matuwid na Hukom (Awit 7:11), nakikinig Siya sa ating panalangin, at sumasagot dito. May kailangan Siya sa atin na angkop na kapalit sa mga kasagutan Niya. Ang sagot Niya ay maihahambing sa pagbili ng karne sa matadero. Halimbawang ang matadero ay katulad ng Diyos, ang timbangang ginagamit niya ay maaaring gamiting panukat ng Diyos, batay sa batas ng espirituwal na kaharian, tumanggap man o hindi ng mga kasagutan.

Halimbawang pumunta tayo sa matadero para bumili ng dalawang kilong karne ng baka. magtitimbang siya ng dalawang kilo. Kung eksakto ang timbang, babayaran natin siya, ibabalot niya ang karne at ibibigay sa atin.

Sa ganitong paraan din, sinasagot man ng Diyos ang ating panalangin, mayroon din Siyang garantiyang tatanggapin mula sa atin para sa mga kasagutan Niya. Ito ang batas ng espirituwal na kaharian sa pagsagot ng Diyos.

Pinapakinggan ng Diyos ang ating panalangin, tumatanggap Siya ng angkop na halaga, at sinasagot Niya tayo. Kung may taong hindi pa nakakatanggap ng kasagutan ng Diyos, hindi pa kasi angkop ang handog niya para sa mga sagot. Dahil ang halagang kailangan para tumanggap ng kasagutan ay magkakaiba batay sa nilalaman ng panalangin ng isang tao, hanggang magkaroon siya ng klase ng pananampalataya para sa kasagutan ng Diyos, dapat siyang magpatuloy sa pananalangin at pag-ipunan ang halagang kailangan. Kahit na hindi natin alam nang detalyado ang naaangkop na halagang ninanais ng Diyos mula sa atin, alam Niya ito. Kaya nga, habang pinakikinggan nating mabuti ang tinig ng Banal na Espiritu, kailangan nating humingi sa Diyos na may kasamang pag-aayuno, pangakong gabi-gabing pananalangin, pananalangin ng may pagtangis, at ang iba naman ay may paghahandog ng pasasalamat. Ang gayong mga gawa ay nakapag-iipon ng halagang kailangan upang tumanggap ng mga kasagutan ng Diyos, habang nagbibigay Siya sa atin ng klase ng pananampalataya na paniniwalaan natin at magpapala sa atin ng mga kasagutan Niya.

May dalawang taong maglalaan at magsisimulang mangako ng oras ng panalangin, ang isa'y makakatanggap agad ng mga kasagutan ng Diyos pagkatapos niyang magsimula sa pangakong pananalangin, habang ang isa'y hindi makakatanggap ng kasagutan kahit na nangako rin siya ng oras ng pananalangin. Ano kayang mga paliwanag ang nakikita natin sa malaking pagkakaiba nito?

Sapagkat ang Diyos ay marunong at nauna na ang Kanyang plano, kung ipinahayag Niya na ang taong ito ay may pusong patuloy na mananalangin hanggang sa matapos ang itinakdang pangako, tutugunin Niya kaagad ang kahilingan nito. Pero kung hindi matanggap ng isang tao ang kasagutan ng Diyos sa kanyang problemang kinakaharap ngayon, ito ay dahil nagkulang siya sa pagbibigay sa Diyos ng angkop na halaga para sa kasagutan

Niya. Kapag tayo ay nangako sa Diyos, dapat nating malaman na ginabayan Niya tayo para matanggap Niya ang angkop na halaga para sa sagot Niya. Kung hindi natin maiipon ang halaga, hindi natin matatanggap ang kasagutan Niya.

Halimbawa, kung ang isang lalaki ay nanalangin para sa kanyang mapapangasawa, maghahanap ang Diyos ng tamang babae para sa kanya at maghahanda para makagawa Siya sa ikabubuti ng lalaking ito sa lahat ng bagay. Hindi nangangahulugang ang tamang nobya ay basta na lang lilitaw sa harapan ng lalaki kahit na wala pa siya sa tamang idad para magpakasal dahil lang sa nanalangin siya para dito. Dahil ang Diyos ay sumasagot sa mga taong naniniwala na tumanggap na sila ng mga sagot Niya, at sa takdang panahon na pipiliin Niya, ipapakita Niya ang pagkilos sa kanila. Gayunman, kapag ang panalangin ng isang tao ay hindi sang-ayon sa Kanyang kalooban, kahit ano pang pananalangin ay hindi masasagot ng Diyos. Kung ang pananalangin niya para sa kanyang mapapangasawa ay pawang panlabas lang katulad ng kung anong pinag-aralan, hitsura, kayamanan, kasikatan, at iba pa -- sa ibang salita, panalanging puno ng kasakimang nabuo sa kanyang isipan -- ang Diyos ay hindi sasagot sa kanya.

Kahit na may dalawang taong nanalangin sa Diyos na may magkaparehong problema, pero magkaiba ang antas ng kanilang pagiging banal at ang sukat ng kanilang pananampalataya, ang halaga ng panalanging matatanggap ng Diyos ay magkaiba rin (Pahayag 5:8). Ang isa ay maaaring makatanggap ng mga sagot sa loob ng isang buwan habang ang isa naman ay sa loob lang ng isang araw.

Bukod dito, ang laki ng kahalagahan ng mga sagot ng Diyos sa panalangin ng isang tao, ay dapat ding kasinlaki ng halaga ng kanyang panalangin. Ayon sa batas ng espirituwal na kaharian, mas susubukin ang mas malaking sisidlan at lalabas itong ginto habang ang isang maliit na sisidlan ay susubukin sa mas maliit na sukatan at bahagya lang ang magiging paggamit ng Diyos dito. Kaya walang dapat humatol sa kapwa at magsasabi, "Tingnan mo ang lahat ng kanyang paghihirap sa kabila ng kanyang katapatan!" at bibiguin ang Diyos sa kahit anong paraan. Sa mga ama ng ating pananampalataya, si Moises ay sinubok ng apatnapung taon at si Jacob naman ay dalawampung taon, at alam natin kung gaano kaangkop na sisidlan sila sa paningin ng Diyos at ginamit para sa Kanyang mga dakilang layunin matapos pagtagumpayan ang kani-kanilang mga pagsubok. Isipin ang proseso kung paanong ang pambansang koponan ng soccer ay nabubuo at sinasanay. Kung ang kasanayan ng isang partikular na manlalaro ay karapat-dapat para mabigyan siya ng posisyon, maaari lang siyang kumatawan sa kanyang bansa kung magbubuhos siya ng panahon at pagsisikap sa pagsasanay.

Maliit man o malaki ang sagot na hinahanap natin mula sa Diyos, dapat nating maantig ang puso Niya upang makatanggap ng kanyang mga sagot. Sa pananalangin natin para makatanggap ng anumang hingin natin, kikilos Siya at sasagot kapag bibigyan natin Siya ng angkop na panalangin, lilinisin ang ating puso para walang pader ng kasalanan sa pagitan natin, at bibigyan natin Siya ng pasasalamat, kagalakan, mga handog, at iba pa bilang simbulo ng pananampalataya natin sa Kanya.

## 2. Ang Relasyon Sa Pagitan Ng Batas Ng Espirituwal Na Kaharian At Pitong Espiritu

Habang pinag-aaralan natin ang talinghaga ng matadero at ng timbangan, ayon sa batas ng espirituwal na kaharian, sinusukat ng Diyos nang walang anumang mali ang halaga ng panalangin ng bawat isa, at tinitiyak kung nakapag-ipon ng kabuuan ng panalangin. Habang ang karamihan sa mga tao ay humahatol sa kung ano lang nakikita, gumagawa ang Diyos ng tamang pagsisiyasat sa pitong Espiritu ng Diyos (Pahayag 5:6). Sa madaling salita, kapag ipinahayag ng pitong Espiritu na nararapat ang isang tao, sasagutin ng Diyos ang panalangin niya.

Ano ang sinusukat ng pitong Espiritu?

Una, sinusukat ng pitong Espiritu ang pananampalataya. Sa pananampalataya, may mga 'espirituwal na pananampalataya' at 'makalaman na pananampalataya.' Ang uri ng pananampalatayang sinusukat ng pitong Espiritu ay hindi pananampalataya bilang kaalaman - makalaman na pananampalataya - kundi espirituwal na pananampalataya na may buhay at may kasamang mga gawa (Santiago 2:22). Halimbawa, may isang tagpo sa Marcos 9 kung saan lumapit kay Jesus ang ama ng isang batang sinapian ng demonyo at hindi makapagsalita (Marcos 9:17). Sinabi ng ama kay Jesus,

"Naniniwala po ako! Tulungan po ninyo akong madagdagan pa ang aking pananampalataya." Nagpahayag dito ang ama ng kanyang makalaman na pananampalataya, na sinasabi, "Naniniwala po ako!" at humingi sa Kanya ng espirituwal na pananampalataya, "Tulungan po ninyo akong madagdagan pa ang aking pananampalataya." Sumagot kaagad si Jesus sa ama at pinagaling ang anak niya (Marcos 9:18-27).

Imposibleng malugod ang Diyos kapag walang pananampalataya (Hebreo 11:6). Matutupad ang mga ninanais ng ating puso kapag binibigyang-lugod natin Siya. Sa pamamagitan ng pananampalataya, maaaring kaluguran tayo ng Diyos at makamit ang mga ninanais ng ating puso. Kaya kung hindi pa tayo nakakatanggap ng mga sagot ng Diyos kahit na sinabi Niya sa atin, "Ito ay mangyayari sa iyo tulad ng iyong paniniwala," nangangahulugang hindi pa ganap ang ating pananampalataya.

**Ikalawa, sinusukat ng pitong Espiritu ang kagalakan.**

Sinasabi sa 1 Tesalonica 5:16 na magalak tayo lagi, kalooban ng Diyos para sa atin na lagi tayong nagagalak. Sa halip na magalak sa panahon ng paghihirap, maraming Cristiano ngayon ang nakikita ang sarili na nakakulong sa pagkabalisa, takot, at pag-aalala. Kung buong puso silang naniniwala sa buhay na Diyos, palagi silang magagalak anuman ang sitwasyon nila. Maaari silang maging maligaya sa taimtim na pag-asa sa walang hanggang kaharian ng langit, hindi sa mundong ito na lilipas sa maikling ng panahon.

Ikatlo, sinusukat ng pitong Espiritu ang panalangin.
Sinasabi sa atin ng Diyos na manalangin ng walang patid (1 Tesalonica 5:17) at nangakong magkakaloob sa mga taong humihingi sa Kanya (Mateo 7:7). Tama lang na makatanggap ng anumang hinihingi sa Diyos sa ating panalangin. Ang uri ng panalangin na kinasisiyahan ng Diyos ay ang pananalangin palagi (Lucas 22:39) at pagluhod para manalangin nang naaayon sa kalooban ng Diyos. Sa ganitong saloobin at ayos, natural na tatawag tayo sa Diyos ng buong puso at ang ating panalangin ay may pananampalataya at pag-ibig. Tinitingnang mabuti ng Diyos ang ganitong klase ng panalangin. Hindi tayo nanalangin kapag may gusto lang tayo o nalulungkot at salita lang nang usap sa pananalangin, kundi dapat manalangin ayon sa kalooban ng Diyos (Lucas 22:39-41).

Ikaapat, sinusukat ng pitong Espiritu ang pagpapasalamat.
Sapagkat iniutos sa atin ng Diyos na magpasalamat sa lahat ng bagay (1 Tesalonica 5:18), natural lang sa sinumang may pananampalataya na magpasalamat ng buong puso sa lahat ng bagay. Dahil inalis Niya tayo mula sa daan ng kapahamakan at dinala tayo sa daan ng buhay na walang hanggan, paanong hindi tayo magpapasalamat? Dapat tayong magpasalamat sa Diyos sa pakikipagtagpo sa mga taong taimtim na humahanap sa Kanya at sa Kanyang sagot sa mga taong humihingi sa Kanya. Bukod dito, kahit na humarap tayo sa mga paghihirap sa maikling buhay natin dito sa mundo, dapat tayong magpasalamat dahil ang ating pag-asa ay nasa walang hanggang langit.

Ikalima, sinusukat ng pitong Espiritu kung sinusunod ang mga utos ng Diyos o hindi.

Sinasabi ng 1 Juan 5:2, "Ito ang palatandaang iniibig natin ang mga anak ng Diyos: kung iniibig natin ang Diyos at tinutupad ang Kanyang mga utos," at ang mga utos ng Diyos ay hindi mahirap sundin (1 Juan 5:3). Ang kinagawiang pananalangin nang nakaluhod at tumatawag sa Diyos ay panalangin ng pag-ibig na nagmumula sa pananampalataya. Sa pamamagitan ng kanyang pananampalataya at pag-ibig sa Diyos, mananalangin siya ayon sa Kanyang salita.

Pero maraming tao ang nagrereklamo sa hindi pagsagot ng Diyos, nagpupunta kasi sila sa kanluran gayong sinabi ng Biblia, "Pumunta ka sa silangan." Ang kailangan lang nilang gawin ay maniwala sa sinasabi ng Biblia sa kanila at sumunod dito. Napakadali para sa kanila na balewalain ang salita ng Diyos, suriin ang bawat sitwasyon ayon sa kanilang sariling saloobin at teorya, at manalangin para sa kanilang sariling mga benepisyo. Tumatalikod ang Diyos sa kanila at hindi sila sinasagot. Halimbawang nangako kayong makikipagkita sa inyong kaibigan sa istasyon ng tren sa New York City pero sa bandang huli naisip ninyong mas gusto ninyong mag-bus kaysa mag-tren, at sumakay kayo sa bus papuntang New York. Kahit gaano kayo katagal na maghintay sa istasyon ng bus, hindi kayo magkikita ng kaibigan ninyo. Kung kayo ay nagpunta sa kanluran kahit na sinabi sa inyo ng Diyos na "Pumunta kayo sa silangan," hindi ninyo maaaring sabihing sumunod kayo sa Kanya. Pero nakakalungkot at napakasakit na makita na maraming

Cristiano ang may ganitong uri ng pananampalataya. Hindi ito pananampalataya o pag-ibig. Kung sinasabi nating mahal natin ang Diyos, natural lang na susunod tayo sa Kanyang mga utos (Juan 14:15; 1 Juan 5:3).

Ang pag-ibig sa Diyos ay mag-uudyok sa inyo para manalangin ng mas taimtim at mas masigasig. Magbubunga ito ng kaligtasan ng mga kaluluwa at paglaganap ng ebanghelyo, at sa pagtupad ng kaharian at katuwiran ng Diyos. At ang kaluluwa ninyo ay magiging masagana at kayo ay makakatanggap ng kapangyarihan sa panalangin. Dahil natanggap ninyo ang sagot at nagbigay kayo ng kaluwalhatian sa Diyos at dahil naniniwala kayo na ang lahat ng ito ay gagantimpalaan sa langit, magiging mapagpasalamat kayo at hindi mapapagod. Gayundin, kung ipapahayag natin ang ating paniniwala sa Diyos, natural lang para sa atin na sumunod sa Sampung Utos, ang kabuuan ng animnapu't anim na aklat ng Biblia.

### Ikaanim, sinusukat ng pitong Espiritu ang katapatan.

Nais ng Diyos na maging tapat tayo hindi lang sa isang partikular na aspeto kundi maging sa buong pamilya Niya. Tulad ng nakatala sa 1 Corinto 4:2, "Bukod dito'y kinakailangan sa mga katiwala, na sila ay matagpuang tapat," tama lang sa mga binigyan ng Diyos ng mga tungkulin na humingi sa Diyos para palakasin sila para matagpuan silang tapat sa lahat ng bagay at mapagkakatiwalaan ng mga tao sa kanilang paligid. At dapat silang humingi ng katapatan sa tahanan at sa trabaho habang nagsisikap silang maging tapat sa lahat ng ginagampanan nilang tungkulin, ang kanilang katapatan ay dapat na mangyari sa katotohanan.

Ikapito at panghuli, sinusukat ng pitong Espiritu ang pag-ibig.

Kahit na karapat-dapat ang isang tao sa anim na nabanggit na pamantayan, sinasabi ng Diyos na kung walang pag-ibig, tayo ay nagiging "isang maingay na pompiyang o batingaw," at ang pinakamahalaga sa pananampalataya, pag-asa, at pag-ibig ay pag-ibig. Bukod dito, tinupad ni Jesus ang batas na may pag-ibig (Roma 13:10) at bilang Kanyang mga anak, nararapat lang na mahalin natin ang isa't isa.

Upang makatanggap ng mga kasagutan ng Diyos sa ating panalangin, kailangan tayong maging karapat-dapat kapag sinukat, batay sa mga pamantayan ng pitong Espiritu. Ang ibig bang sabihin nito na ang mga bagong mananampalataya, na hindi pa alam ang katotohanan, ay hindi makakatanggap ng mga sagot ng Diyos?

Ipagpalagay na may isang sanggol na hindi makapagsalita, isang araw ay binigkas niya ng malinaw ang "Mommy!" Ang kanyang mga magulang ay matutuwa at ibibigay nila sa kanya anuman ang magustuhan niya.

Sa pamamagitan ng ganitong halimbawa, dahil may iba't ibang antas ng pananampalataya, sinusukat ng pitong Espiritu ang bawat isa at sinasagot ng kung anong akma sa kanya. Kaya ang Diyos ay naaantig at nalulugod na sagutin ang isang baguhan kapag nagpapakita siya ng kahit na maliit na pananampalataya. Ang Diyos ay naaantig at nalulugod na sumagot sa mananampalataya sa ikalawang o ikatlong antas ng pananampalataya na nakakaipon ng kaukulang sukat ng pananampalataya. Ang mga mananampalataya sa ikaapat o ikalimang antas ng pananampalataya, dahil sila ay namumuhay sa kalooban ng Diyos at nananalangin sa paraang nais Niya ay nararapat sa paningin ng pitong Espiritu at tatanggap ng mga sagot ng Diyos nang mas mabilis.

Sa kabuuan, mas mabilis makatanggap ng kasagutan ng Diyos ang taong mayroong mas mataas na antas ng pananampalataya – dahil mas may kaalaman siya sa batas ng espirituwal na kaharian at ipinamumuhay niya ito. Pero ano ba ang mga dahilan kung bakit may mga baguhan na mas mabilis makatanggap ng mga sagot ng Diyos? Sa pamamagitan ng biyaya na natatanggap niya mula sa Diyos, ang isang bagong mananampalataya ay napupuspos ng Banal na Espiritu at nagiging karapat-dapat sa paningin ng pitong Espiritu kaya mas mabilis siyang makatanggap ng mga sagot ng Diyos.

Pero habang lumalalim ang kaalaman niya sa katotohanan, nagiging tamad siya at unti-unting nawawala ang unang pag-ibig dahil nagiging malamig na siya at nauuwi na lang sa "gagawing pagbawi sa paglipas ng panahon."

Sa ating pagiging masigasig para sa Diyos, nawa'y maging karapat-dapat tayo sa paningin ng pitong Espiritu sa pamumuhay nang buong sipag ayon sa katotohanan, makatanggap mula sa ating Ama ng lahat ng bagay na hinihingi natin sa panalangin, at mamuhay ng pinagpalang buhay na nagbibigay ng kaluwalhatian sa Kanya!

Kabanata 4

# Wasakin Ang Pader Ng Kasalanan

"Tingnan ninyo, si Yahweh ay may kakayahang iligtas ka;
Siya'y hindi bingi upang hindi marinig ang inyong hinaing. Ang
masasama ninyong gawa ang dahilan ng pagkawalay ninyo sa
Diyos. Nagkasala kayo kaya hindi ninyo Siya makita,
at hindi Niya kayo marinig

(Isaias 59: 1-2)

Sinasabihan ng Diyos ang Kanyang mga anak sa Mateo 7:7-8, *"Humingi kayo at kayo'y bibigyan; humanap kayo at kayo'y makakatagpo; kumatok kayo at kayo'y pagbubuksan. Sapagkat ang bawat humihingi ay tatanggap; ang bawat humahanap ay makakatagpo; at ang bawat kumakatok ay pagbubuksan."* At nangangako Siyang sasagutin ang kanilang mga panalangin. Pero bakit maraming tao ang nabibigong makatanggap ng kasagutan ng Diyos sa kanilang mga panalangin sa kabila ng pangako Niya?

Hindi pinapakinggan ng Diyos ang panalangin ng mga makasalanan; tinatalikuran Niya sila. Hindi rin Niya nagagawang sagutin ang panalangin ng mga taong mayroong pader ng kasalanan na nakatayo sa kanilang daanan patungo sa Diyos. Kaya nga, upang maranasan ang mabuting kalusugan at maging maayos lahat para sa atin pati na ang paglago ng ating kaluluwa, dapat na unahin natin ang pagwasak sa pader ng kasalanan na humaharang sa atin patungo sa Diyos.

Sa pagsusuri ng iba't ibang elemento na naging sanhi ng pagtatayo ng pader ng kasalanan, hinihimok ko ang bawat isa sa inyo na maging anak na pinagpala ng Diyos na nagsisisi sa kanyang mga kasalanan kung mayroon mang pader ng kasalanan sa pagitan nila ng Diyos, tumatanggap ng lahat ng mga bagay na hiniling niya sa Diyos sa pananalangin at nagbibigay ng kaluwalhatian sa Kanya.

## 1. Wasakin Ang Pader Ng Kasalanan Ng Kawalan Ng Pananampalataya Sa Diyos At Pagtanggi Sa Panginoon Bilang Iyong Tagapagligtas

Sinasabi ng Biblia na kasalanan ang hindi manalig sa Diyos at tanggapin si Jesu-Cristo bilang Tagapagligtas (Juan 16: 9). Maraming nagsasabi, "Ako ay walang kasalanan sapagkat maayos ang pamumuhay ko." Ito'y sanhi ng espirituwal na kamangmangan kaya nakakapagsalita sila ng gayon dahil hindi nila alam ang likas ng kasalanan. Sapagkat ang salita ng Diyos ay wala sa kanilang puso, kaya ang mga taong ito ay hindi alam ang pagkakaiba ng tunay na tama at ng tunay na mali at hindi rin alam ang pagkakaiba ng mabuti at masama. At dahil hindi alam ang tunay na katuwiran, kung pamantayan ng mundo ang nagsasabi sa kanila, "Hindi ka naman ganuon kasama," masasabi nila nang tahasan na mabuti sila. Gaano man kabuti ang buhay ng isang tao sa paniniwala niya, kung babalikan niya ito batay sa Salita ng Diyos matapos niyang tanggapin si Jesu-Cristo, matutuklasan niyang hindi pala talagang naging "mabuti" ang buhay niya. Dahil napagtanto niya na ang pagtanggi sa Diyos at hindi pagtanggap kay Cristo ay napakalaking kasalanan. Kailangang sagutin ng Diyos ang mga panalangin ng mga tumanggap kay Cristo at naging mga anak Niya, habang ang mga anak Niya ay may karapatang makatanggap ng Kanyang kasagutan sa kanilang mga panalangin ayon sa Kanyang pangako.

Ang dahilan kung bakit ang mga anak ng Diyos -- na nanalig sa Kanya at tumanggap kay Jesu-Cristo bilang Tagapagligtas -- ay hindi makatanggap ng sagot sa kanilang panalangin ay ang pader ng kasalanan at kasamaan na nakatayo sa pagitan ng Diyos at ng kanilang sarili na hindi nila nakikita. Kaya nga kahit na sila ay mag-ayuno o kaya ay magdamag na nananalangin, tatalikuran pa rin sila ng Diyos hindi sila sasagutin.

## 2. Wasakin Ang Pader Ng Kasalanan Ng Kabiguang Mahalin Ang Isa't Isa

Sinasabi sa atin ng Diyos na natural lang para sa Kanyang mga anak na magmahalan sa isa't isa (1 Juan 4:11). At sapagkat sinasabi Niya sa atin na mahalin kahit na ang mga kaaway (Mateo 5:44), ang mapoot sa ating mga kapatid sa halip na mahalin sila ay pagsuway sa salita Niya kaya ito ay kasalanan.

Sapagkat ipinakita ni Jesu-Cristo ang Kanyang pag-ibig sa pamamagitan ng pagkakapako sa krus para sa sangkatauhan na nakakulong sa kasalanan at kasamaan. Tama lang para sa atin na mahalin ang ating mga magulang, mga kapatid at mga anak. Pero isang mabigat na kasalanan sa harapan ng Diyos ang magkimkim ng gayong kalubhang damdamin ng pagkapoot at ang pagtangging magpatawad sa isa't isa. Hindi sinabi sa atin ng Diyos na ipakita natin sa Kanya ang uri ng pag-ibig na ipinakita ni Jesus sa krus upang tubusin ang tao mula sa kasalanan; sinabi lang Niya sa atin na palitan ang pagkapoot ng pagpapatawad sa kapwa. Bakit naging napakahirap nito?

Sinasabi ng Diyos sa atin na ang sinumang napopoot sa kanyang kapatid ay isang "mamamatay tao" (1 Juan 3:15), at gayon din ang gagawing pakikitungo ng ating Ama maliban na lang kung magpatawad tayo sa ating mga kapatid (Mateo 18:35). At inuudyukan Niya tayong magmahalan at huwag magsisihan sa isa't isa para hindi tayo hatulan (Santiago 5:9).

Sapagkat ang Banal na Espiritu ay nananahan sa bawat isa sa atin, sa pamamagitan ng pag-ibig ni Jesu-Cristo na ipinako sa krus at tinubos tayo sa mga kasalanan natin sa nakaraan, sa kasalukuyan, at sa hinaharap, magagawa nating mahalin ang lahat ng tao kung tayo ay magsisisi sa harapan Niya, tatalikod sa ating mga maling gawain, at tatanggapin ang kapatawaran Niya. Ang mga tao sa sanlibutang ito ay hindi naniniwala kay Jesu-Cristo, kaya walang kapatawaran para sa kanila kahit na sila magsisi, at hindi nila nagagawang magmahalan nang tunay sa isa't isa nang walang paggabay ng Banal na Espiritu.

Kahit na napopoot sa iyo ang iyong kapatid, kailangan mong taglayin ang pusong panig sa katotohanan, unawain at patawarin siya, at may pag-ibig na ipanalangin siya, para hindi ka maging makasalanan. Kung napopoot tayo sa ating mga kapatid sa halip na mahalin sila, nagkakasala tayo sa harapan ng Diyos, nawawala ang kapuspusan ng Banal na Espiritu, nagiging masama tayo at mangmang, pinapalipas ang mga araw sa pananaghoy. Hindi tayo dapat umasang sasagutin ng Diyos ang ating panalangin.

Tanging sa tulong ng Banal na Espiritu tayo makakaibig, makakaunawa, at makakapagpatawad sa ating mga kapatid at makakatanggap mula sa Diyos anuman ang ating hingin sa pananalangin.

### 3. Wasakin Ang Pader Ng Kasalanan Ng Pagsuway Sa Mga Utos Ng Diyos

Sa Juan 14:21, sinasabi ni Jesus sa atin, *"Ang tumatanggap sa mga utos Ko at tumutupad nito ang siyang umiibig sa Akin. Ang umiibig sa Akin ay iibigin ng Ama; iibigin Ko rin siya at Ako'y lubusang magpapakilala sa kanya."* Dahil dito sinasabi sa atin ng 1 Juan 3:21, *"Mga minamahal, kung hindi tayo inuusig ng ating budhi, makakalapit tayo sa Diyos na panatag ang ating kalooban."* Sa ibang salita, kung may pader ng kasalanan na nakatayo dahil sa pagsuway natin sa utos ng Diyos, hindi natin matatanggap ang Kanyang mga kasagutan sa ating panalangin. Tanging sa pagsunod ng mga anak ng Diyos sa utos ng kanilang Ama at pagbibigay-lugod sa Kanya lang maaaring huminging ng anumang nais nila nang may buong pagtitiwala at matatanggap nila anumang kanilang hilingin.

Sa 1 Juan 3:24 ipinapaalala sa atin, *"Ang sumusunod sa utos ng Diyos ay nananatili sa Diyos, at nananatili naman sa kanya ang Diyos. At nalalaman nating nananatili Siya sa atin sa pamamagitan ng Espiritung ipinagkaloob Niya sa atin."* Binibigyang-diin na matatanggap ng isang tao ang lahat ng bagay na kanyang hinihingi at magiging matagumpay ang buhay niya kapag puspos ng katotohanan ang kanyang puso na ibinigay niya sa Panginoon at sa kanyang pamumuhay ayon sa paggabay ng Banal na Espiritu.

Halimbawa, kung mayroong isandaang kwarto sa isang puso at ibinigay niya ang buong isandaan sa Panginoon, ang kanyang kaluluwa ay sasagana at matatanggap niya ang pagpapala ng maayos na buhay. Pero kung ibibigay ng taong ito sa Panginoon ang limampung kwarto sa kanyang puso at gagamitin ang natitirang limampu na pansarili niya, hindi siya palaging makakatanggap ng kasagutan mula sa Diyos dahil kalahati lang ang patnubay ng Banal na Espiritu habang ang kalahati ay ginamit niya sa para sa sariling pagnanasa. Ang Panginoon ay nananahan sa bawat isa sa atin, kahit na mayroong mga hadlang sa harapan natin, palalakasin Niya tayo para magpatuloy na makaiwas dito o salubungin ito. Kahit na tayo ay magtungo sa lambak ng panganib bibigyan Niya tayo ng paraan para maiwasan ito, gagawa Siya para sa ating kabutihan sa lahat ng bagay, at mangunguna sa atin tungo sa kasaganahan

Kung ating nabibigyang lugod ang Diyos sa pagsunod sa Kanyang mga kautusan, namumuhay tayo sa Diyos at Siya ay namumuhay sa atin, at nakakapagbigay tayo ng kaluwalhatian sa Kanya habang tinatanggap natin ang lahat ng mga bagay na hiningi natin sa panalangin. Wasakin natin ang pader ng kasalanan ng pagsuway sa mga kautusan ng Diyos, simulang sundin ang mga ito, magtiwala sa Diyos, at luwalhatiin Siya sa pagtanggap ng lahat ng mga bagay na hiningi natin.

## 4. Wasakin Ang Pader Ng Kasalanan Ng Pananalangin Para Sa Pansariling Kasiyahan

Sinabi ng Diyos sa atin na gawin ang lahat ng bagay sa buhay para sa Kanyang kaluwalhatian (1 Corinto 10:31). Kung ang panalangin natin ay hindi para sa Kanyang kaluwalhatian, kundi ang hanap lang natin ay mapunuan ang ating mga pangangailangan at pagnanasa ng laman, hindi tayo makakatanggap ng kasagutan ng Diyos sa ganoong mga kahilingan (Santiago 4:3).

Sa isang banda, kung naghahanap kayo ng materyal na pagpapala para sa kaharian ng Diyos at sa Kanyang katuwiran, sa pagtulong sa mga mahihirap, at kaligtasan ng mga kaluluwa, tatanggap kayo ng kasagutan ng Diyos dahil hinahanap ninyo ang kaluwalhatian Niya. Sa kabilang banda, kung kayo ay naghahangad ng materyal na pagpapala sa pag-asang makapagmalaki sa inyong kapwa na nanunumbat sa inyo, "Paano kaya kayo naghihirap gayong nagsisimba naman kayo?" Nananalangin kayo ayon sa kasamaan upang matugunan ang inyong mga pagnanasa, at walang magiging sagot sa inyong panalangin. Kahit sa panahong ito, ang mga magulang na tunay na nagmamahal sa kanilang anak ay hindi magbibigay ng P1,000 upang sayangin lang sa paglalaro. Gayundin, ayaw ng Diyos na lumakad sa maling daan ang mga anak Niya at dahil dito hindi Niya sinasagot ang bawat kahilingan ng Kanyang mga anak.

Sinasabi sa atin sa 1 Juan 5:14-15, *"Hindi tayo nag-aatubiling lumapit sa Kanya dahil alam nating ibibigay Niya ang anumang hingin natin kung ito'y naaayon sa Kanyang kalooban. At dahil alam nating pinapakinggan nga Niya tayo, alam din nating ibinibigay Niya ang bawat hinihiling natin sa Kanya."* Kapag iniwaksi lang natin ang ating mga pansariling pagnanasa at mananalangin ayon sa kalooban ng Diyos at para sa Kanyang kaluwalhatian, matatanggap natin anumang hingin natin sa Kanya sa panalangin.

## 5. Wasakin Ang Pader Ng Kasalanan Ng Pag-aalinlangan Sa Panalangin

Dahil ang Diyos ay nalulugod kapag ipinapakita natin sa Kanya ang ating pananampalataya, kung walang pananampalataya imposibleng mabigyang-lugod ang Diyos (Hebreo 11:6). Kahit sa Biblia marami tayong mababasang sitwasyon kung saan ang mga kasagutan ng Diyos ay napunta sa mga taong nagpakita ng pananampalataya sa Kanya (Mateo 20:29-34; Marcos 5:22-43, 9:17-27, 10:46-52). Kapag ang mga tao ay nabigong magpakita ng kanilang pananampalataya sa Diyos, pinagagalitan sila dahil sa kanilang "maliit na pananampalataya" kahit na sila mga disipulo sila ni Jesus (Mateo 8:23-27). Kapag nagpapakita ang mga tao ng kanilang malaking pananampalataya sa Kanya, kahit ang Hentil ay pinapurihan (Mateo 15:28).

Pinagsasabihan ng Diyos ang mga taong hindi naniniwala kundi nag-aalinlangan kahit kaunti lang (Marcos 9:16-29), at sinasabi sa atin na pag may katiting na pag-aalinlangan habang nananalangin, huwag tayong mag-isip na may matatanggap mula sa Diyos (Santiago 1:6-7). Sa madaling salita, kahit tayo mag-ayuno at manalangin sa buong magdamag, kung ang panalangin natin ay puno ng pag-aalinlangan, huwag tayong maghahangad ng kasagutan ng Diyos.

Ipinapaalaala sa atin ng Diyos, *"Tandaan ninyo ito: kung kayo'y mananampalataya sa Diyos at hindi kayo nag-aalinlangan, maaari ninyong sabihin sa bundok na ito, 'Umalis ka riyan at tumalon ka sa dagat,' at ito ay mangyayari. Kaya't sinasabi Ko sa inyo, anuman ang hingin ninyo sa inyong panalangin, maniwala kayong natanggap na ninyo iyon, at matatanggap nga ninyo iyon"* (Marcos 11:23-24).

Sapagkat *"Ang Diyos ay hindi sinungaling na tulad ng tao. Anumang sabihin Niya'y Kanyang gagawin, kung mangako man Siya, ito'y Kanyang tutuparin"* (Bilang 23:19), tulad ng ipinangako, ang Diyos ay sumasagot sa mga panalangin ng lahat ng taong naniniwala at lumalapit para sa Kanyang kaluwalhatian. Ang mga taong umiibig sa Diyos at nagtataglay ng pananampalataya ay nakatakdang maniwala at humingi para sa kaluwalhatian ng Diyos kaya sinabi sa kanila na humingi ng anumang nais nila. Habang sila ay naniniwala, humihingi, at nakakatanggap ng sagot sa anumang hingin nila, ang mga taong ito ay nagbibigay ng kaluwalhatian sa Diyos. Ilayo natin ang ating sarili sa pag-aalinlangan, sa halip magtiwala, humingi, at tumanggap mula sa Diyos para maluwalhati natin Siya hangga't gusto natin.

## 6. Wasakin Ang Pader Ng Kasalanan Sa Hindi Paghahasik Sa Harapan Ng Diyos

Bilang Tagapamahala ng buong sansinukob, itinatag ng Diyos ang batas sa espirituwal na kaharian, at bilang matuwid na Hukom maayos Niyang ginagabayan ang lahat.

Hindi mailigtas ni Haring Dario ang minamahal na lingkod na si Daniel sa kulungan ng mga leon, kahit na hari pa siya, hindi niya maaaring suwayin ang utos na siya mismo ang nagsulat. Gayundin, hindi maaaring suwayin ng Diyos ang batas ng espirituwal na kaharian na Siya mismo ang nagtatag, lahat ng bagay sa sansinukob ay tumatakbo sa ilalim ng Kanyang sistematikong pangangasiwa. Samakatuwid, ang "Diyos ay hindi maaaring lokohin" at pinahihintulutan Niyang anihin ng isang tao anuman ang kanyang ihasik (Galacia 6:7). Kung naghahasik ng panalangin, tatanggap ng espirituwal na biyaya; kung naghahasik ng panahon, tatanggap ng mga biyaya ng magandang kalusugan; kung naghahasik ng mga handog, ilalayo siya ng Diyos sa mga problema sa mga negosyo, trabaho, at tahanan, at bibigyan pa ng mas higit na biyayang materyal.

Kapag naghahasik tayo sa harap ng Diyos sa iba't ibang paraan, sumasagot Siya sa mga panalangin natin at ibinibigay ang anumang hingin natin. Sa pamamagitan ng masigasig na paghahasik, hindi lang tayo basta magbubunga ng masaganang bunga kundi tatanggap tayo ng anumang hingin natin sa panalangin.

Dagdag pa sa anim na pader ng kasalanan na nabanggit, kabilang sa "kasalanan" ay mga pagnanasa at mga gawa ng laman na katulad ng kasamaan, inggit, poot, galit, at kayabangan, hindi nanlalaban sa kasalanan sa punto ng pagpapadanak ng dugo at hindi nagiging masigasig sa kaharian ng Diyos. Sa pamamagitan ng pag-aaral at pag-unawa sa iba't ibang mga dahilan ng pader na nakatayo sa pagitan natin at ng Diyos, wasakin natin ang pader ng kasalanan at nang palagi tayong makatanggap ng mga sagot ng Diyos, para makapagbigay ng kaluwalhatian sa Kanya. Lahat tayo ay dapat maging mananampalatayang nagtatamasa ng magandang kalusugan at lahat ng parte ng buhay natin ay dapat maging maayos habang ang ating mga kaluluwa ay nagiging masagana o lumalago.

Batay sa salita ng Diyos na matatagpuan sa Isaias 59:1-2, siniyasat natin ang ilang dahilang bumubuo sa pader na nakatayo sa pagitan natin at ng Diyos. Nawa ang bawat isa sa inyo ay maging pinagpalang anak ng Diyos na unang nakaunawa sa kalikasan ng pader na ito, makaranas ng magandang kalusugan at ang bawat gawain ay magtagumpay habang sumasagana ang kaluluwa, at nagbibigay ng kaluwalhatian sa kanyang Amang nasa langit sa pagtanggap ng lahat ng bagay na hinihingi sa panalangin, sa pangalan ni Jesu-Cristo, nananalangin ako!

Kabanata 5

# Kung Ano Ang Itinanim, Iyon Din Ang Aanihin

"Ito ang ibig kong sabihin: ang nagtatanim ng kakaunti ay aani ng kakaunti, at ang nagtatanim ng marami ay aani ng marami. Ang bawat isa'y dapat magbigay ayon sa kanyang pasya, maluwag sa loob at hindi napipilitan lamang, sapagkat iniibig ng Diyos ang nagbibigay nang may kagalakan"

(2 Corinto 9:6-7).

Tuwing panahon ng tag-ani, makikita natin ang napakaraming hinog na palay sa palayan. Para maani ang mga palay na ito, alam natin ang hirap at pagod ng mga magsasaka mula sa pagtatanim ng mga punla, paglalagay ng abono, pag-aalaga hanggang sa panahon ng tag-ani.

Ang magsasakang may malawak na palayan at nagtatanim ng mas maraming binhi ay dapat mas magsikap magtrabaho kaysa sa magsasakang nagtatanim ng mas kaunting binhi. Sa pag-asang umani ng malaki, mas lalo siyang nagsisipag at nagiging masigasig. Dahil sinasabi sa batas ng kalikasan na "Kung anong itinanim, siyang aanihin," dapat nating malaman na ang batas ng Diyos na May-ari ng espirituwal na kaharian ay ganoon din ang sinusunod.

May mga Cristiano sa panahon ngayon na patuloy sa paghingi sa Diyos na sagutin ang kanilang mga naisin, nang walang anumang itinatanim habang ang iba ay nagrereklamo na wala Siyang mga sagot sa kabila nang maraming pananalangin. Kahit na nais ng Diyos na magbigay ng umaapaw na mga pagpapala sa Kanyang mga anak at sagutin ang bawat problema, kadalasan ay hindi nauunawaan ng tao ang batas ng pagtatanim at pag-aani kaya hindi natatanggap ang anumang naisin nila mula sa Diyos.

Batay sa batas ng kalikasan na nagsasabi sa atin, "Kung anong itinanim, siyang aanihin," tingnan natin kung ano ang dapat nating itanim at kung paano natin ito itatanim upang matanggap palagi ang kasagutan ng Diyos at magbigay sa Kanya ng luwalhati nang walang anumang pag-aalinlangan.

## 1. Dapat Munang Ihanda Ang Lupa

Bago magtanim ng mga buto, ihahanda muna ng magsasaka ang lupa kung saan siya magtatanim. Pinupulot niya ang mga bato, pinapatag ang lupa, at ikinokondisyon ang paligid para ang mga buto ay tumubo nang maayos. Depende sa dedikasyon at kasipagan ng magsasaka, kahit ang nakatiwangwang na lupa ay maaaring maging mataba.

Inihahalintulad ng Biblia ang puso ng tao sa apat na uri ng lupa (Mateo 13:3-9).

Ang unang uri ay "lupang nasa tabi ng daan."

Ang lupang nasa tabi ng daan ay matigas. Ang taong may pusong ganito ay nagsisimba pero kahit nakarinig siya ng salita, hindi niya binubuksan ang kanyang puso. Kaya naman hindi niya nakikilala ang Diyos, dahil sa kawalan niya ng pananampalataya, hindi siya naliliwanagan.

Ang ikalawang uri ay "mabatong lupa."

Sa mabatong lupa, ang mga binhi ay hindi makasibol nang maayos. Alam ng taong may ganitong puso ang salita bilang kaalaman at ang kanyang pananampalataya ay walang kasamang gawa. Dahil wala siyang matibay na pananampalataya, madali siyang manlupaypay sa oras ng pagsubok at paghihirap.

Ang ikatlong uri ay "may matinik na lupa."

Sa may matinik na lupa, dahil sa nagsisitubo ang mga tinik at sinasakal ang mga pananim, walang makukuhang magandang bunga. Ang taong may ganitong puso ay naniniwala sa salita ng Diyos at sinusubukang ipamuhay ito. Ngunit hindi siya kumikilos ayon sa kalooban ng Diyos kundi ayon lang sa pansariling nais. Dahil ang paglago ng salita na natanim sa kanyang puso ay napakialaman ng tukso ng tawag ng mga bagay ng sanlibutan, hindi siya makapamunga. Kahit na nananalangin siya, hindi siya tuluyang makasandal sa "hindi nakikitang" Diyos kaya nananalig agad siya sa sariling isipan at gawain. Kaya naman hindi niya nararanasan ang kapangyarihan ng Diyos dahil tinitingnan lang siya ng Diyos sa malayo.

Ang ikaapat na uri ay "matabang lupa."

Ang mananampalatayang may ganitong lupa ay nagsasabi ng "Amen" sa lahat ng salita ng Diyos at sinusunod ito ng may pananampalataya nang walang iniisip na ano pa man. Kapag ang mga buto ay naitanim sa matabang lupa, lumalaki ang mga ito nang maayos at nagbubunga ng may tig-iisandaan, may tig-aanimnapu, at may tigtatatlumpung beses sa kung ano ang naitanim niya.

"Amen" lang ang sinabi ni Jesus at naging matapat Siya sa salita ng Diyos (Filipos 2:5-8). Ganoon din, ang taong may "matabang lupa" ang puso ay tunay na matapat sa salita ng Diyos at isinasabuhay ito. Kung sinasabi ng Biblia sa kanya na palaging magalak, magagalak siya sa lahat ng nangyayari sa kanya. Kung sinasabi sa kanya na palaging manalangin, siya ay mananalangin nang walang hinto. Ang taong may "matabang lupa" ang puso ay palagiang nakikipag-usap sa Diyos, natatanggap ang anumang kanyang hingin sa panalangin, at nabubuhay sa Kanyang kalooban.

Kahit ano pa mang uri ng lupa mayroon tayo sa ngayon, maaari natin itong gawing matabang lupa. Kaya nating magararo ng mabatong lupa at pulutin ang mga bato, alisin ang mga tinik, at lagyan ng abono kahit na anong lupa.

Paano natin maaalagaan ang ating mga puso para maging "matabang lupa"?

*Una, dapat nating sambahin ang Diyos sa espiritu at sa katotohanan.*
Dapat nating ibigay sa Diyos ang buong pag-iisip, naisin, dedikasyon, at lakas, at sa pag-ibig ay ihandog sa Kanya ang ating puso. Tanging sa paraang ito lang natin maiingatan ang ating isipan sa walang kwentang mga bagay, sa pagod, at sa antok at mababago natin ang ating mga puso para maging matabang lupa sa pamamagitan ng kapangyarihang nagmumula sa itaas.

*Ikalawa, dapat nating iwaksi ang ating mga kasalanan hanggang sa umabot sa pagdanak ng dugo.*

Sa pagsunod natin ng buong puso sa salita ng Diyos, kasama ang lahat ng utos na "Gawin ito" at "Huwag gawin ito," at pagsasabuhay nito, ang puso natin ay unti-unting magiging matabang lupa. Halimbawang ang inggit, selos, poot at mga katulad nito ay makita sa atin, tanging sa mataimtim na panalangin lang mababago ang puso natin para maging matabang lupa.

Habang sinusuri at inaalagaan ang puso natin, nadadagdagan ang pananampalataya natin at dahil sa pag-ibig ng Diyos nagiging maayos ang buhay natin. Dapat nating alagaang mabuti ang "lupa" ng puso dahil habang namumuhay tayo sa salita ng Diyos, mas lalong lumalago ang ating pananampalataya. At habang lumalago ang ating espirituwal na pananampalataya, mas "matabang lupa" ang ating makakamit. Dahil dito, dapat nating mas alagaang mabuti ang ating puso.

## 2. Iba't Ibang Buto Ang Dapat Itanim

Kapag naihanda na ang lupa, magsisimula nang magtanim ng mga buto ang magsasaka. Katulad ng pagkain natin ng iba't ibang uri ng pagkain para mapanatili ang ating kalusugan, ang magsasaka ay nagtatanim at nagpapatubo ng iba't ibang binhi ng palay, trigo, mga gulay, at iba pa.

Sa pagtatanim sa harapan ng Diyos, dapat tayong magtanim ng iba't ibang uri ng mga bagay. Ang "pagtatanim" sa espirituwal na kahulugan ay tumutukoy sa pagsunod sa utos ng Diyos, kung ano ang "Dapat gawin." Halimbawa, kung sinasabi ng Diyos sa atin na laging magalak, maaari tayong magtanim na may galak na nanggagaling sa pag-asa natin sa langit, at sa pamamagitan ng kagalakang ito nalulugod din ang Diyos at ibinibigay Niya ang naisin ng ating puso (Awit 37:4). Kung sinasabi Niya sa atin na "Ibahagi ang ebanghelyo," dapat tayong magbahagi nang buong puso. Kung sinasabi Niya sa atin na "Mahalin ang isa't isa," "Maging matapat," "Maging mapagpasalamat," at "Manalangin," dapat natin itong gawin nang tama at nang buong kasipagan.

Dagdag pa, sa pamumuhay ayon sa salita ng Diyos gaya ng pagbibigay ng ikapu at pagsunod sa Araw ng Sabbath, pagtatanim din ito sa Kanyang harapan. Kung ano ang ating itinanim ay maaaring tumubo nang maayos, lumaki, mamulaklak at mamunga ng maraming bunga.

Kung magtatanim tayo nang paunti-unti, nag-aalinlangan, o napipilitan lang, hindi tatanggapin ng Diyos ang ating ginagawa. Tulad ng magsasakang nagtatanim ng kanyang mga buto sa pag-asang mag-aani ng masagana sa panahon ng tag-ani, sa pananampalataya dapat din tayong maniwala at ituon ang ating paningin sa Diyos na nagpapala sa atin ng daan-daan, animnapu, o tatlumpung beses ng anumang itinanim natin.

Sinasabi sa Hebreo 11:6, *"Hindi maaaring kalugdan ng Diyos ang walang pananampalataya sa Kanya, sapagkat ang sinumang lumalapit sa Diyos ay dapat sumampalatayang may Diyos at Siya ang nagbibigay ng gantimpala sa mga humahanap sa Kanya."* Maaari tayong mag-ani ng masagana sa mundong ito at mag-ipon ng mga gantimpala sa kaharian ng langit, sa pagtitiwala sa Diyos at sa Kanyang salita, at pagtatanim sa Kanyang harapan.

## 3. Dapat Alagaan Ang Lupa Nang May Pagtitiyaga At Dedikasyon

Pagkatapos magtanim ng mga buto, inaalagaang mabuti ng magsasaka ang lupa. Dinidilig niya ng tubig ang mga pananim, tinatanggalan ng mga damo sa paligid, at hinuhuli ang mga insekto. Kung wala ang ganitong pag-aalaga, tutubo nga ang tanim pero matutuyo ito bago magkaroon ng bunga.

Sa espirituwal na diwa, ang "tubig" ay sumisimbulo sa salita ng Diyos. Tulad ng sinasabi sa atin ni Jesus sa Juan 4:14, *"Ngunit ang sinumang uminom ng tubig na ibibigay Ko sa kanya ay hindi na muling mauuhaw kailanman. Ang tubig na ibibigay Ko ay magiging batis sa loob niya, at patuloy na bubukal at magbibigay sa kanya ng buhay na walang hanggan."* Ang tubig ay sumisimbolo sa buhay na walang hanggan at sa katotohanan. Ang "paghuli ng mga insekto" ay sumisimbolo sa pagbabantay ng salita ng Diyos na nakatanim sa puso natin laban sa kaaway na demonyo. Sa pamamagitan ng pagsamba, pagpupuri, at pananalangin, ang kapuspusan ng puso natin ay mapapanatili kahit ang ating kaaway na demonyo ay makialam sa pagtatanim natin.

"Pagtatanggal ng damo sa taniman" ay ang proseso ng pag-aalis natin ng kasinungalingan, galit, poot at iba pa. Habang taimtim tayong nananalangin at nagsisikap na itapon ang galit at poot, natatanggal ang galit habang tumutubo ang buto ng kahinahunan, at ang poot ay natatanggal habang tumutubo ang buto ng pag-ibig. Kapag ang kasinungalingan ay natanggal na at ang kaaway na demonyo ay nahuli, maaari na tayong lumago bilang tunay na mga anak Niya.

Ang mahalagang bagay sa pag-aalaga ng lupa matapos maitanim ang mga buto ay ang paghihintay sa tamang panahon nang may pagtitiyaga. Mabubulok agad ang buto kung huhukayin ng magsasaka ang lupa para makita kung tumutubo ang halaman. Hanggang magtag-ani, malaking dedikasyon at pagtitiyaga ang kailangan.

Magkakaiba ang panahon na kailangan upang mamunga ang buto, depende sa buto. Ang melon o pakwan ay maaaring magbunga ng halos isang taon lang, ang mansanas at peras ay nangangailangan ng ilang taon bago magbunga. Mas higit ang katuwaan ng nagtatanim ng ginseng kaysa sa nagtatanim ng melon, dahil ang halaga ng ginseng na mas matagal inalagaan ay hindi maaaring ikumpara sa melon, na tumubo sa loob lang ng maiksing panahon.

Sa parehong aspeto, kung tayo ay nagtatanim sa harap ng Diyos ayon sa Kanyang salita, minsan matatanggap natin kaagad ang mga kasagutan Niya at aanihin natin ang bunga pero sa ibang pagkakataon, mas maraming oras pa ang kailangan. Gaya ng paalala sa atin sa Galacia 6:9 "Kaya huwag tayong mapagod sa paggawa ng mabuti sapagkat pagdating ng takdang panahon tayo ay aani kung hindi tayo susuko," hanggang sa panahon ng pag-ani dapat nating alagaan ang taniman nang buong pagtitiyaga at dedikasyon.

## 4. Aanihin Ninyo Anuman Ang Inyong Itinanim

Sinasabi sa atin sa Juan 12:24, *"Pakatandaan ninyo: hangga't hindi nahuhulog sa lupa ang butil ng trigo at mamatay, mananatili itong nag-iisa. Ngunit kung ito'y mamatay, mamumunga ito nang sagana."* Ayon sa Kanyang kautusan, itinanim si Jesu-Cristo ng Diyos ng katarungan, ang nag-iisa Niyang Anak bilang handog na kaloob sa sangkatauhan at pinahintulutan Siyang maging butil ng trigo, para mahulog at mamatay. Sa pamamagitan ng kamatayan ni Jesus, nagbunga Siya ng maraming bunga.

Ang batas ng espirituwal na kaharian ay katulad ng batas ng kalikasan na nagsasabi, "Kung ano ang itinanim ng tao, iyon din ang kanyang aanihin." Ang batas ng Diyos ay hindi maaaring labagin. Maliwanag na sinasabi sa atin sa Galacia 6:7-8, *"Huwag ninyong linlangin ang inyong sarili; hindi maaaring tuyain ang Diyos. Kung ano ang itinanim ng tao, iyon din ang kanyang aanihin. Ang nagtatanim para sa sarili niyang laman ay aani ng pagkabulok mula sa laman. Ngunit ang nagtatanim para sa Espiritu ay aani ng buhay na walang hanggan."*

Kapag ang magsasaka ay nagtatanim ng mga buto sa kanyang taniman, maaari siyang mag-ani ng mga bunga ng mas maaga kaysa sa iba, depende sa klase ng buto, at patuloy na magtatanim habang siya ay nag-aani. Kung mas marami ang maitanim niya at matiyaga siyang nag-aalaga ng taniman, mas higit din ang magiging ani niya. Ganoon din sa relasyon natin sa Diyos, aanihin natin anuman ang ating itinanim.

Kung nagtanim kayo ng panalangin at pagpupuri, sa pamamagitan ng kapangyarihan mula sa itaas, maaari kayong mamuhay sa salita ng Diyos habang nagtatagumpay ang inyong kaluluwa. Kung matapat kayong gumagawa para sa kaharian ng Diyos, lalayuan kayo ng anumang mga karamdaman habang kayo ay tumatanggap ng mga pagpapala sa pisikal at sa espirituwal. Kung masigasig kayong nagtatanim ng materyal na ari-arian, ikapu, at mga handog ng pasasalamat, bibigyan Niya kayo ng mas higit na materyal na pagpapala na magagamit ninyo para sa Kanyang kaharian at katuwiran.

Sa Juan 5:29, sinasabi ng Diyos na nagbibigay sa bawat tao ng gantimpala ayon sa anong ginawa niya, *"Lahat ng gumawa ng kabutihan ay babangon patungo sa buhay na walang hanggan, at lahat ng gumawa ng kasamaan ay babangon patungo sa kaparusahan."* Kaya dapat tayong mamuhay ayon sa Banal na Espiritu at gumawa ng mabuti.

Kung ang isang tao ay magtatanim para sa pansariling gusto at hindi para sa Banal na Espiritu, mag-aani lang siya ng mga bagay na pang mundo na lilipas din sa pagdaan ng panahon. Kung susukatin mo at huhusgahan ang ibang tao, susukatin at huhusgahan ka rin ayon sa salita ng Diyos na nagsasabi *"Huwag kayong humatol, nang kayo'y hindi hatulan. Sapagkat hahatulan kayo ng Diyos ayon sa paghatol ninyo sa iba, at susukatin kayo ayon sa panukat na ginagamit ninyo sa iba"* (Mateo 7:1-2).

Pinatawad ng Diyos ang lahat ng kasalanan natin bago natin tinanggap si Jesu-Cristo. Pero kung tayo ay patuloy na magkakasala pagkatapos malaman ang katotohanan at ang tungkol sa kasalanan, kahit tayo pinatawad dahil nagsisi tayo, paparusahan pa rin tayo.

Kung nagtanim ka ng kasalanan, ayon sa batas ng espirituwal na kaharian, aanihin mo ang bunga ng iyong kasalanan at mahaharap sa pagsubok at paghihirap.

Nang nagkasala si David na pinakamamahal ng Diyos, sinabi sa kanya ng Diyos, *"Bakit mo hinamak ang salita ni Yahweh at gumawa ka ng masama sa Kanyang paningin"* at *"Sinabi pa rin ni Yahweh, 'Pag-aawayin Ko ang iyong sambahayan'"* (2 Samuel 12:9, 11). Kahit na pinatawad na si David nang magsisi siya, "Nagkasala ako kay Yahweh," alam din natin niloob ng Diyos na mamatay ang magiging anak ni David sa asawa ni Urias (2 Samuel 12:13-15).

Dapat tayong mamuhay sa katotohanan at gumawa ng mabuti, alalahanin natin na aanihin natin ang anumang itanim sa lahat ng bagay, magtanim para sa Banal na Espiritu, tanggapin ang walang hanggang buhay mula sa Banal na Espiritu, at laging tanggapin ang umaapaw na pagpapala ng Diyos.

Maraming tao sa Biblia ang nagbigay-lugod sa Diyos at tumanggap ng Kanyang mga pagpapala. Maganda ang trato ng babae sa Sunem, kay Eliseo na lingkod ng Diyos. May respeto at paggalang. Tumutuloy si Eliseo sa bahay ng babae kapag nagagawi siya doon sa lugar. Kinausap ng babae ang kanyang asawa tungkol sa paghahanda ng isang silid na tutuluyan ni Eliseo, at naglagay siya ng kama, mesa, silya at ilawan at inimbita niya si Eliseo na tumuloy sa kanyang tahanan (2 Hari 4:8-10).

Nalugod si Eliseo sa katapatan ng babae. Nang malaman niya na ang asawa nito ay matanda na at wala silang anak, at naghahangad itong magkaroon ng sariling anak, hiniling ni Eliseo sa Diyos na pagpalain ang babae para magkaanak. Pagkalipas ng isang taon, binigyan siya ng Diyos ng anak (2 Hari 4:11-17).

Tulad ng ipinapangako sa atin ng Diyos sa Awit 37:4, "Kay Yahweh mo hanapin ang kaligayahan, at ang pangarap mo'y iyong makakamtan," ibinigay sa babaing taga-Sunem ang naisin ng kanyang puso dahil mabuti ang pagtrato niya sa lingkod ng Diyos, maasikaso at may dedikasyon (2 Hari 4:8-17).

Sa Gawa 9:36-40, may nakatala na ginawa si Tabita, ang babaing taga-Joppa na puno ng kabaitan at pagmamalasakit. Nang magkasakit siya at mamatay, ibinalita ng mga alagad kay Pedro. Nang dumating si Pedro sa tahanan, ipinakita ng mga balo sa kanya ang mga damit at mga balabal na ginawa ni Tabita para sa kanila. Nabagbag ang damdamin ni Pedro at nanalangin siya sa Diyos. Nang sabihin niya, "Tabita, bumangon ka!" Dumilat si Tabita at naupo nang makita nito si Pedro. Dahil sa pagtatanim ni Tabita ng kabutihan sa harapan ng Diyos at pagtulong sa mga mahihirap, natanggap niya ang pagpapala, nadagdagan ang buhay niya.

Sa Marcos 12:44 ay nakatala ang tungkol sa mahirap na balo

na nagbigay ng lahat ng pag-aari niya sa Diyos. Sinabi ni Jesus, habang nakatingin sa mga tao na nagbibigay ng mga kaloob sa templo, *"Sapagkat ang lahat ay nagkaloob ng bahagi lamang ng kanilang kayamanan, ngunit ang ibinigay ng babaing iyon, bagamat siya'y dukha, ay ang buo niyang ikinabubuhay"* at pinuri siya. Hindi mahirap isipin na ang babaing iyon ay tumanggap ng higit na pagpapala sa buhay niya.

Ayon sa batas ng espirituwal na kaharian, pinapahintulutan ng Diyos ng katarungan na kung anuman ang ating itinanim, iyon ang ating aanihin, at ginagantimpalaan tayo ayon sa ating ginawa. Dahil ang Diyos ay kumikilos ayon sa pananampalataya ng bawat isa, at naniniwala at sumusunod sa Kanyang salita, dapat nating maunawaan na matatanggap natin anuman ang ating hingiin sa panalangin. Sa ganitong kaisipan, nawa ang bawat isa sa inyo ay suriin ang puso, masigasig na alagaan ito para maging matabang lupa, magtanim ng maraming buto, alagaan ang mga ito nang may pagtitiyaga at dedikasyon, at magkaroon ng napakaraming bunga, sa pangalan ng ating Panginoong Jesu-Cristo, dalangin ko ito!

Kabanata 6

# Tumanggap Si Elias Ng Kasagutan Ng Diyos Sa Pamamagitan Ng Apoy

Sinabi ni Elias kay Ahab, "Lumakad ka na! Maaari ka nang kumain at uminom. Naririnig ko na ang pagbuhos ng ulan." Samantalang si Ahab ay kumakain at umiinom, umakyat si Elias sa taluktok ng Bundok Carmel at sumubsob sa lupa. Sinabi niya sa kanyang utusan, "Umakyat ka at tanawin mo ang dagat." Umakyat nga ang utusan at tumanaw sa dagat, "Wala po akong makitang anuman," wika ng utusan. "Pitong beses mo pang gawin ang sinabi ko," utos ni Elias. Sa ikapitong pagtanaw, napasigaw ang utusan, "May nakikita po akong ulap kasinlaki ng palad na tumataas mula sa dagat." "Magmadali ka!" sabi ni Elias. "Sabihin mo kay Ahab na ihanda ang kanyang karwahe at umuwi na agad. Baka siya'y hindi makaalis dahil sa ulan." Hindi nagtagal at nagdilim ang langit sa kapal ng ulap, lumakas ang hangin at biglang bumuhos ang malakas na ulan. Sumakay si Ahab sa karwahe at nagmamadaling nagtungo kay Jezreel

(1 Hari 18:41-45).

Nakakapagpatotoo si Elias, ang makapangyarihang lingkod ng Diyos, tungkol sa Diyos na buhay na ginagawang posible para sa mga Israelitang sumasamba sa diyus-diyosan na makapagsisi sa mga kasalanan nila. At ang kasagutan ng Diyos ay sa pamamagitan ng apoy, na hiningi at natanggap niya. At ito pa, noong walang ulan sa loob ng tatlo't kalahating taon dahil nagalit ang Diyos sa mga Israelita, si Elias din ang gumawa ng himala upang matapos na ang tagtuyot at bumuhos ang napakalakas na ulan.

Kung naniniwala tayo sa Diyos na buhay, tulad ni Elias ay dapat nating matanggap sa buhay natin ang kasagutan Niya sa pamamagitan ng apoy, magpatotoo para sa Kanya, at luwalhatiin Siya.

Sa pagsusuring mabuti sa pananampalataya ni Elias, kung saan tinanggap niya ang kasagutan ng Diyos sa pamamagitan ng apoy at nakita niya mismo ang katuparan ng kanyang mga kahilingan, maging mapapalad tayong mga anak ng Diyos na palaging tumatanggap ng kasagutan mula sa Ama sa pamamagitan ng apoy.

## 1. Ang Pananampalataya Ni Elias, Ang Lingkod Ng Diyos

Bilang pinili ng Diyos, tanging Siya lang ang dapat sambahin ng mga Israelita. Pero nagsimulang gumawa ng kasamaan sa harapan ng Diyos ang mga hari at sumamba ang mga ito sa mga diyus-diyosan. Sa pag-upo ni Ahab sa kanyang trono, lalong naging masama ang mga Israelita at ang pagsamba sa mga diyus-diyosan ay umabot na sa sukdulan. Sa puntong ito, ang galit ng Diyos sa Israel ay nauwi sa kalamidad -- tagtuyot sa loob ng tatlo't kalahating taon. Itinayo ng Diyos si Elias bilang lingkod Niya at naipamalas sa pamamagitan nito ang Kanyang mga gawa.

Sinabi ng Diyos kay Elias, *"Pumunta ka na kay Ahab. Malapit na akong magpadala ng ulan sa lupaing ito"* (1 Hari 18:1).

Si Moises, na nagpalaya sa mga Israelita mula sa Ehipto, ay hindi sumunod sa Diyos noong una siyang inutusan na puntahan si Faraon. Nang inutusan si propetang Samuel na lagyan si David ng langis sa ulo, hindi rin kaagad siya sumunod. Pero nang utusan ng Diyos si propetang Elias na magpakita kay Ahab, ang haring nagsusumikap na patayin siya sa loob ng tatlong taon, sumunod ito kaagad nang walang kondisyon at ipinakita sa Diyos ang uri ng pananampalatayang kinalugdan Niya.

Dahil sumunod si Elias at naniwala sa lahat ng sinasabi ng salita ng Diyos, sa pamamagitan niya, naipamamalas ng Diyos ang mga gawa Niya nang paulit-ulit. Nalugod ang Diyos sa pagsunod ni Elias, minahal siya, kinilala bilang lingkod Niya, ginabayan saan man siya pumunta, at sinigurado ang lahat ng pagsisikap niya. Pinatunayan ng Diyos ang pananampalataya ni Elias, kaya nakapagpabuhay siya ng patay, tumanggap ng kasagutan ng Diyos sa pamamagitan ng apoy, at dinala sa langit sa pamamagitan ng ipu-ipo. Kahit na nag-iisa ang Diyos na nakaupo sa Kanyang trono sa langit, sa Kanyang kapangyarihan ay nakikita Niya ang buong sansinukob at hinahayaan na ang Kanyang mga gawa ay matupad saan man Siya naroroon. Makikita natin sa Marcos 16:20, *"Humayo nga at nangaral ang mga alagad sa lahat ng dako. Tinulungan sila ng Panginoon sa gawaing ito. Pinatunayan Niyang totoo ang kanilang ipinapangaral sa pamamagitan ng mga himala na ipinagkaloob Niya sa kanila."* Kapag kinilala at pinatunayan ng Diyos ang pananampalataya ng isang tao, may kasamang mga himala ang Kanyang mga kasagutan sa panalangin bilang tanda ng pagkilos Niya.

## 2. Tinanggap Ni Elias Ang Kasagutan Ng Diyos Sa Pamamagitan Ng Apoy

Dahil napakalaki ng pananampalataya ni Elias at karapat-dapat na kilalanin ng Diyos dahil napakamasunurin niya, malakas ang loob na nakapagpahayag siya ng propesiya tungkol sa mangyayaring tagtuyot sa Israel.

Nakapagpahayag siya kay haring Ahab, *"Saksi si Yahweh, ang buhay na Diyos ng Israel na aking pinaglilingkuran, hindi uulan, ni hindi magkakahamog sa mga darating na taon hangga't hindi ko sinasabi"* (1 Hari 17:1).

Dahil alam ng Diyos na ipapahamak ni Ahab ang buhay ni Elias na nagpropesiya tungkol sa tagtuyot, ginabayan siya ng Diyos papunta sa batis ng Carit, at sinabihang manatili muna doon, at inutusan ang mga uwak na magdala ng tinapay at karne sa umaga at sa gabi. Nang matuyo ang batis ng Carit dahil sa walang ulan, ginabayan ng Diyos si Elias patungong Sarepta at may inutusan Siyang isang balo para magpakain sa kanya. Nagkasakit ang anak ng balo, lumubha nang lumubha, hanggang sa mamatay ito. Nanalangin si Elias sa Diyos, *"Yahweh, aking Diyos, hinihiling ko pong muli ninyong buhayin ang batang ito"* (1 Hari 17:21).

Narinig ng Diyos ang panalangin ni Elias, muling binuhay ang bata, at binigyan ng pagkakataong mabuhay. Sa pamamagitan ng pangyayaring ito, pinatunayan ng Diyos na si Elias ay lingkod Niya at totoo ang salita ng Diyos na sinasabi niya (1 Hari 17:24).

Ang mga tao sa henerasyon natin ngayon ay hindi naniniwala sa Diyos hangga't hindi nakakakita ng mga himala at mga tanda (Juan 4:48). Upang mapatunayan ang buhay na Diyos sa panahon ngayon, ang bawat isa sa atin ay dapat magkaroon ng pananampalataya na katulad ng kay Elias at maging matapang sa pagpapahayag ng ebanghelyo.

Sa ikatlong taon ng propesiya, sinabi ni Elias kay Ahab, *"Hindi uulan, ni hindi magkakahamog sa mga darating na taon hangga't hindi ko sinasabi."* Sinabi ng Diyos sa Kanyang lingkod, *"Pumunta ka na kay Ahab. Malapit na akong magpadala ng ulan sa lupaing ito"* (1 Hari 18:1). Makikita natin sa Lucas 4:25 na *"...noong panahon ni Elias nang hindi umulan sa loob ng tatlo't kalahating taon at nagkaroon ng taggutom sa buong lupain."* Sa madaling salita, walang ulan sa bayan ng Israel sa loob ng tatlo't kalahating taon. Bago magtungo si Elias kay Ahab sa pangalawang pagkakataon, hinanap siya nang husto ng hari pero walang nangyari sa paghahanap kahit sa mga katabing bayan. Naniniwala kasi na si Elias ang dapat sisihin sa tagtuyot.

Kahit na nanganib ang buhay ni Elias kay Ahab, walang takot siyang sumunod sa Diyos. Nang si Elias ay tumayo sa harap ni Ahab, tinanong siya ng hari, "Ikaw nga ba iyan, ang nanggugulo sa Israel?" (1 Kings 18:17). At sumagot si Elias, *"Hindi ako ang nanggugulo sa Israel, kundi kayo at ang angkan ng inyong ama. Sapagkat sinusuway ninyo ang mga utos ni Yahweh at ang pinaglilingkuran ninyo'y ang mga imahen ni Baal"* (1 Hari 18:18). Inihayag niya sa hari ang kalooban ng Diyos, at hindi siya natakot. At sinabi pa ni Elias kay Ahab, *"Ngayo'y tipunin ninyo ang buong Israel at ang 450 propeta ni Baal at 400 propeta ni Ashera na pinapakain ni Jezebel"* (1 Hari 18:19).

Dahil nakasisiguro si Elias na dumating ang tagtuyot sa Israel dahil sa pagsamba ng mga tao sa mga diyus-diyosan, hinamon niya ang 850 na mga propeta nila at nagsabi, "Ang diyos na tumugon sa pamamagitan ng apoy – siya ang tunay na Diyos." Dahil naniniwala si Elias sa Diyos, ipinakita niya sa Kanya ang pananampalataya na sasagot ang Diyos sa pamamagitan ng apoy.

Sinabi rin niya sa mga propeta ni Baal, *"Sapagkat kayo ang marami, pumili na kayo ng isang toro at ihanda na ninyo. Pagkatapos, tawagin ninyo ang inyong diyos, ngunit huwag ninyong sisindihan ang kahoy"* (1 Hari 18:25). Tinuya sila ni Elias nang hindi nakatanggap ng kasagutan ang mga propeta ni Baal, mula umaga hanggang gabi.

Naniwala si Elias na sasagot sa kanya ang Diyos sa pamamagitan ng apoy, kaya masaya siyang nag-utos sa mga Israelita na magtayo ng dambana at magbuhos ng tubig sa handog at sa mga kahoy, at nanalangin siya sa Diyos.

*Pakinggan po Ninyo ako, Yahweh, upang malaman ng bayang ito na Kayo lang ang Diyos at nais Ninyo silang magbalik-loob (1 Hari 18:37).*

Sa pagkakataong ito, ang apoy ng PANGINOON ay bumaba at inubos ang handog at ang mga kahoy at ang mga bato at ang lupa sa paligid, at pati ang tubig sa kanal ay natuyo. Nang makita ito ng mga tao, nagpatirapa sila at sumigaw, *"Si Yahweh ang Diyos! Si Yahweh lang ang Diyos!"* (1 Hari 18: 38-39).

Lahat ito ay naging posible dahil ni hindi nag-alinlangan si Elias nang humingi siya sa Diyos (Santiago 1:6) at naniwala na natanggap na niya ang kanyang hiningi sa panalangin (Marcos 11:24).

Bakit iniutos ni Elias na buhusan ng tubig ang handog at nanalangin siya? Dahil tatlo't kalahating taon na ang tagtuyot, at ang pinakamahalagang pangangailangan noong panahong iyon ay ang tubig. Sa pagpuno ng apat na malalaking sisidlan ng tubig at pagbuhos nito sa handog ng tatlong beses (1 Hari 18:33-34), ipinakita ni Elias ang kanyang pananampalataya sa Diyos at ibinigay sa Kanya ang pinakamahalagang pangangailangan. Mahal ng Diyos ang taong masayang nagbibigay (2 Corinto 9:7) hindi lang pinahintulutan ng Diyos na anihin ni Elias ang kanyang itinanim, kundi sinagot din siya ng Diyos sa pamamagitan ng apoy at pinatunayan sa lahat ng Israelita na ang kanilang Diyos ay buhay.

Sa pagsunod natin sa hakbang ni Elias at pagpapakita sa Diyos ng ating pananampalataya, ibigay natin sa Kanya ang pinakamahalagang pag-aari natin, at ihanda natin ang ating sarili para tanggapin ang Kanyang mga sagot sa panalangin natin. Makapagpapatotoo tayo sa lahat ng tao tungkol sa buhay na Diyos, sa pagtugon Niya sa pamamagitan ng apoy.

### 3. Nagpadala Ng Napakalakas Na Ulan Si Elias

Pagkatapos ipahayag sa mga Israelita ang Diyos na buhay sa pamamagitan ng sagot na apoy at udyukan silang magsisi dahil sa pagsamba sa mga diyus-diyosan, naalala ni Elias ang ipinangako niya kay Ahab – *"Saksi si Yahweh, ang buhay na Diyos ng Israel na aking pinaglilingkuran, hindi uulan, ni hindi magkakahamog sa mga darating na taon hangga't hindi ko sinasabi"* (1 Hari 17:1). Sinabi niya sa hari, *"Lumakad ka na! Maaari ka nang kumain at uminom. Naririnig ko na ang pagbuhos ng ulan"* (1 Kings 18:42), at umakyat siya sa Bundok ng Carmel. Ginawa niya ito upang tuparin ang salita ng Diyos, "Magpapadala Ako ng ulan sa lupa," at tatanggapin ang kasagutan Niya.

Noong nasa tuktok na siya ng Bundok ng Carmel, sumubsob siya sa lupa at lumuhod. Bakit kaya nanalangin si Elias nang ganoon? Dahil nagdadalamhati siya habang nananalangin.

Sa paglalarawang ito, iisipin natin kung gaano siya kasigasig nanalangin sa Diyos. At hangga't hindi niya nakikita ang sagot ng Diyos, hindi siya tumigil sa pananalangin. Inutusan niya ang kanyang katulong na magbantay at tumanaw sa dagat ng pitong beses hanggang sa makita ng katulong ang maliit na ulap na kasinlaki ng palad ng tao. Nalugod ang Diyos mula sa Kanyang trono. Dahil nakapagpaulan si Elias pagkatapos ng tatlo't kalahating taon, masasabi nating napakamakapangyarihan ang naging panalangin niya.

Nang tanggapin ni Elias ang kasagutan ng Diyos sa pamamagitan ng apoy, inamin niyang ang Diyos ang gagawa para sa kanya kahit na hindi mismo ito sinabi sa kanya; ganoon din ang ginawa niya nang pinabuhos niya ang ulan. Nang makita niya ang maliit na ulap na kasinlaki ng palad ng tao, nagpasabi siya kay Ahab, *"Magmadali ka! Sabihin mo kay Ahab na ihanda ang kanyang karwahe at umuwi na agad. Baka siya'y hindi makaalis dahil sa ulan"* (1 Hari 18:44). Dahil si Elias ay may pananampalataya sa kahit hindi pa niya nakikita (Hebreo 11:1), kumilos ang Diyos ayon sa pananampalataya niya. At dahil dito, unti-unting nagdilim ang langit dahil sa ulap, lumakas ang hangin at bumuhos ang malakas na ulan (1 Hari 18:45).

Dapat tayong maniwala na ang Diyos na sumagot kay Elias sa pamamagitan ng apoy at nagpaulan pagkatapos ng tatlo't kalahating taon ng tagtuyot ay Siya ring Diyos na nag-aalis ng mga pagsubok at pagdurusa, nagbibigay ng mga naisin ng ating puso, at nagbibigay sa atin ng mga biyayang kahanga-hanga.

Sa ngayon, sigurado ako na napag-isipan na ninyo na para matanggap ang kasagutan ng Diyos sa pamamagitan ng apoy, makapagpuri sa Kanya, at makamit ang mga naisin ng puso ninyo, dapat muna ninyong ipakita sa Kanya ang uri ng pananampalataya na makakapagbigay-lugod sa Kanya, wawasak ng anumang pader ng kasalanan na humaharang sa pagitan ninyo at ng Diyos, at humingi sa Kanya ng kahit na ano nang walang pag-aalinlangan.

Ikalawa, sa kagalakan ninyo, dapat kayong magtayo ng altar sa harap ng Diyos, magbigay sa Kanya ng mga kaloob, at manalangin nang taimtim. Ikatlo, hanggang sa matanggap ninyo ang Kanyang mga kasagutan, dapat ninyong ipahayag na kikilos ang Diyos para sa inyo. Ang Diyos ay lubusang malulugod at sasagutin ang inyong panalangin upang kayo ay buong pusong makapagbigay-puri sa Kanya.

Sasagutin tayo ng Diyos kapag nanalangin tayo sa Kanya tungkol sa mga problema sa ating kaluluwa, mga anak, kalusugan, trabaho, o kahit anong bagay, at niluluwalhati natin Siya. Niloob Niya tayong magkaroon ng buong pananampalataya katulad ng kay Elias, manalangin hanggang matanggap ang mga kasagutan ng Diyos, at maging mapapalad na mga anak Niya, at laging nagbibigay ng papuri sa Kanya!

Kabanata 7

# Paano Mo Makakamit Ang Mga Ninanais Ng Puso Mo

Kay Yahweh mo hanapin ang kaligayahan,
at ang pangarap mo'y iyong makakamtam

(Awit 37:4).

Maraming tao sa panahon ngayon ang naghahanap ng kasagutan mula sa makapangyarihang Diyos tungkol sa sari-saring problema. Masigasig silang nananalangin, nag-aayuno, at magdamag na nagdadasal para gumaling sa karamdaman, makabawi sa naluging negosyo, magkaanak at makatanggap ng materyal na mga pagpapala. Sa kasamaang-palad, mas maraming tao ang hindi nakakatanggap ng mga sagot ng Diyos at nakakapagpuri sa Kanya, kaysa sa mga taong nakakatanggap ng sagot.

Kapag hindi nila natanggap ang sagot ng Diyos sa loob ng isa o dalawang buwan, napapagod na sila at sinasabing, "Walang Diyos." Tinatalikuran nila ang Diyos, at nagsisimulang sumamba sa mga diyus-diyosan, at sinisira ang Kanyang pangalan. Kung may taong dumadalo sa iglesya pero hindi nakakatanggap ng kapangyarihan ng Diyos at nakapagbibigay-puri sa Kanya, paano ito magiging "tunay na pananampalataya"?

Kung ang isang tao ay nagpapahayag na totoong naniniwala sa Diyos, bilang anak Niya, dapat niyang matanggap ang ninanais niya anuman ito at makamtan kung ano ang gusto niya sa buhay. Pero marami ang nabibigo na gawin ang nais nila kahit na sinasabi nilang naniniwala sila, hindi kasi nila kilala ang kanilang sarili. Sa pinagbatayang mga talata ng kabanatang ito, palawakin natin ang mga paraan kung paano natin makakamtan ang kaligayahan ng ating puso.

## 1. Una, Kailangang Saliksikin Ng Isang Tao Ang Kanyang Puso

Dapat magbalik-tanaw ang bawat isa at tingnan kung totoo ba siyang naniniwala sa makapangyarihang Diyos, o hindi siya gaanong naniniwala dahil may pag-aalinlangan siya, o kaya naman ay madaya ang puso niya at umaasa lang sa swerte. Bago nakilala si Jesus, maraming tao ang nag-uubos ng oras sa pagsamba sa mga diyus-diyosan o nagtitiwala lang sa sarili nila. Pero sa panahon ng matinding paghihirap o pagsubok, matapos mapagtanto na hindi kayang lutasin ng tao o ng kanilang mga diyus-diyosan ang mga ito, nakakapag-isip sila tungkol sa buhay nila, naririnig nila na malulutas ng Diyos ang kanilang mga problema, at lumalapit sila sa Kanya sa bandang huli.

Sa halip na magtuon sa makapangyarihang Diyos, nag-aalinlangan ang mga tao, 'Sasagutin kaya ako ng Diyos kung magmamakaawa ako sa Kanya?' o 'Siguro naman malulutas ng dasal ang problema ko.' Ang dakilang Diyos ang nagpapatakbo ng kasaysayan ng sangkatauhan pati ang buhay ng tao, kamatayan, sumpa, at pagpapala, binubuhay Niya ang patay, at alam Niya ang puso ng tao, kaya hindi Niya sinasagot ang taong may pag-aalinlangan (Santiago 1:6-8).

Kung ang isang tao ay tunay na naghahangad na makamit ang naisin ng puso niya, dapat muna niyang iwaksi ang mga pag-aalinlangan at paghahanap ng suwerte, at maniwala na natanggap na niya ang lahat ng hiningi niya sa makapangyarihang Diyos. Doon lang ipapakita ng makapangyarihang Diyos ang Kanyang pag-ibig at loloobing makamtan ang ninanais ng puso niya.

## 2. Ikalawa, Dapat Suriing Mabuti Ang Kasiguraduhan Ng Kaligtasan Ng Isang Tao At Ang Kundisyon Ng Pananampalataya Niya

Sa iglesya sa panahon ngayon, maraming mananampalataya ang may problema sa kanilang pananampalataya. Nakakadurog ng puso na makitang maraming tao ang espirituwal na nawawala dahil sa kanilang kayabangan, napupunta sa maling direksyon ang kanilang pananampalataya, at may iba naman na walang kasiguraduhan sa kaligtasan kahit na maraming taon nang naglilingkod sa Kanya.

Sinasabi sa atin sa Roma 10:10, *"Sapagkat sumasampalataya ang tao sa pamamagitan ng kanyang puso at sa gayon ay itinuturing na matuwid ng Diyos. Nagpapahayag naman siya sa pamamagitan ng kanyang bibig at sa gayon ay naliligtas."* Kapag binuksan ninyo ang inyong puso at tinanggap si Jesus bilang Tagapagligtas, sa biyaya ng Banal na Espiritu na ibinibigay nang walang bayad mula sa itaas, tinatanggap ninyo ang karapatan bilang anak ng Diyos. At kapag ipinahayag ninyo sa inyong labi na si Jesus ay Tagapagligtas ninyo at naniwala kayo na binuhay si Jesus ng Diyos mula sa kamatayan, magiging sigurado kayo sa inyong kaligtasan.

Kung hindi kayo sigurado kung mayroon kayong kaligtasan o wala, may problema kayo sa inyong pananampalataya. Dahil kung hindi kayo sigurado sa Diyos bilang inyong Ama at hindi ninyo alam kung sa langit ang punta ninyo at anak Niya kayo, hindi ninyo kayang mamuhay ayon sa kalooban Niya.

Dahil dito, sinasabi sa atin ni Jesus, *"Hindi lahat ng tumatawag sa Akin, 'Panginoon, Panginoon,' ay papasok sa kaharian ng langit, kundi ang mga taong sumusunod sa kalooban ng Aking Ama na nasa langit"* (Mateo 7:21). Kung ang "Diyos Ama-Anak" na relasyon ay hindi pa nangyayari sa isang tao, natural lang para sa kanya na hindi makatanggap ng Kanyang mga kasagutan. Kahit mangyari ang relasyon na iyan, kung mayroon pa ring mali sa kanyang puso sa paningin ng Diyos, hindi rin siya maaaring makatanggap ng mga kasagutan ng Diyos.

Kaya naman, kung kayo ay anak ng Diyos na sigurado sa kaligtasan at nagsisi sa hindi pagsunod sa kalooban ng Diyos, sasagutin Niya ang bawat problema ninyo kasama na ang mga karamdaman, kabiguan sa negosyo, pinansiyal na problema, at ginagawa Niya ang lahat para sa inyong ikabubuti.

Kung lalapit kayo sa Diyos tungkol sa problema ninyo sa inyong anak, tutulungan kayo para malutas ang anumang problema o isyu sa pagitan ninyong dalawa batay sa salita ng katotohanan. May mga panahon na ang mga anak ang dapat sisihin; pero mas madalas, ang mga magulang ang responsable kung nagkakaproblema sa mga anak. Bago pa magsimulang magsisihan, kung ang mga magulang mismo ay tatalikod sa mga maling pamamaraan at pagsisisihan ang mga ito, at magsisikap na palakihin nang maayos ang kanilang mga anak, at iaasa ang lahat sa Diyos, bibigyan Niya ang mga ito ng karunungan at kikilos Siya para sa kabutihan ng magulang at mga anak.

Kaya kung magsisimba kayo at sisikaping hanapin ang mga sagot sa problema sa inyong mga anak, karamdaman, pananalapi, at iba pa, sa halip na mabilisang pag-aayuno, pananalangin, o magdamag na pananalangin, dapat muna ninyong alamin batay sa katotohanan kung ano ang bumabara sa daluyan sa pagitan ninyo at ng Diyos, dapat magsisi, at tumalikod sa kasalanan. Pagkatapos nito, kikilos ang Diyos para sa inyong ikabubuti habang tinatanggap ninyo ang patnubay ng Banal na Espiritu. Kung hindi man lang ninyo sinisikap na unawain, pakinggan ang salita ng Diyos, o isabuhay ito, ang panalangin ninyo ay hindi sasagutin ng Diyos.

Maraming pagkakataon na bigo ang taong maunawaan ang katotohanan at hindi makatanggap ng mga sagot at mga pagpapala ng Diyos, dapat makamit nating lahat ang mga ninanais ng ating puso sa pagiging sigurado sa ating kaligtasan at pamumuhay ayon sa kalooban ng Diyos (Deuteronomio 28:1-14).

## 3. Ikatlo, Kailangang Malugod Ang Diyos Sa Inyong Mga Gawa

Kung sinuman ang kumikilala sa Diyos na Manlilikha at tinanggap si Jesu-Cristo bilang Tagapagligtas, habang napagtatanto niya ang katotohanan at naliliwanagan siya, ang kanyang kaluluwa ay lalago. At habang patuloy niyang tinutuklas ang puso ng Diyos, maaari siyang mamuhay sa paraang nakalulugod sa Kanya. Habang ang dalawa o tatlong taong gulang na bata ay hindi alam kung paano matutuwa sa kanya ang mga magulang niya, sa kanilang pagiging tin-edyer at sa pagtanda, natututo na silang magbigay-lugod sa kanila. Gayundin, habang nakakaunawa at namumuhay sa katotohanan ang mga anak ng Diyos, mas higit na nakakapagbigay-lugod sila sa Ama.

Paulit-ulit na sinasabi rin sa atin ng Biblia ang mga paraan kung paano tumanggap ng kasagutan ang ating mga ninuno sa pananampalataya sa pamamagitan ng pagbibigay-lugod sa Diyos. Paano nalugod ang Diyos kay Abraham?

Naghangad at namuhay si Abraham sa kapayapaan at kabanalan (Genesis 13:9), pinaglingkuran ang Diyos ng buong puso, isip, at sarili (Genesis 18:1-10), at lubos na sumunod sa Kanya nang hindi iniisip ang sariling saloobin (Hebreo 11:19; Genesis 22:12), dahil naniwala siyang maaaring bumuhay ng patay ang Diyos. Bunga nito, tumanggap si Abraham ng mga biyaya ni Yahweh-yireh o "ang Panginoon na nagkakaloob," pagpapala ng mga anak, pagpapala ng pananalapi, pagpapala ng magandang kalusugan, at mga pagpapala sa lahat ng aspeto (Genesis 22:16-18 , 24:1).

Ano ang ginawa ni Noe upang makatanggap ng pagpapala ng Diyos? Siya ay matuwid, walang kapintasan sa buong bayan ng kanyang lahi, at lumakad na kasama ng Diyos (Genesis 6:9). Nang bumaha sa buong mundo bilang hatol ng tubig, tanging si Noe at ang kanyang pamilya lang ang nakaiwas sa paghatol at nakaligtas sa baha. Sapagkat si Noe ay lumakad kasama ng Diyos, nakinig siya sa tinig ng Diyos at naghanda ng daong at inakay ang pamilya niya sa kaligtasan.

Nakatanggap ng pambihirang mga biyaya ang balo sa Sarepta sa 1 Hari 17:8-16 nang nagtanim siya ng binhi ng pananampalataya sa lingkod ng Diyos na si Elias, sa loob ng tatlo't kalahating taon ng tagtuyot sa Israel. Pinagpala siya ng Diyos dahil sumusunod siya ng may pananampalataya. Naghain siya kay Elias ng tinapay na ginawa lang mula sa isang dakot na harina sa mangkok at kaunting langis sa banga, at tinupad ang Kanyang propesiya na sinasabi *"Hindi ninyo mauubos ang harina sa lalagyan, at hindi rin matutuyo ang langis sa tapayan hanggang hindi sumasapit ang takdang araw na papapatakin na ni Yahweh ang ulan."*

Dahil ang babae sa Sunem sa 2 Hari 4:8-17 ay nagpakain at pinakitunguhang mabuti ang lingkod ng Diyos na si Eliseo, tinanggap niya ang biyayang magkaroon ng isang anak na lalaki. Naglingkod ang babae hindi dahil gusto niyang tumanggap ng kapalit, kundi dahil taimtim niyang minamahal ang Diyos. Hindi ba napakagandang dahilan ang mga iyan kung bakit ang babaing ito ay pinagpala ng Diyos?

Madali ring sabihin na ang Diyos ay totoong nalugod sa pananampalataya ni Daniel at ng tatlo niyang kaibigan. Kahit na si Daniel ay itinapon sa kulungan ng mga leon dahil sa kanyang pananalangin sa Diyos, lumabas siya mula sa kulungan nang walang anumang sugat dahil nagtiwala siya sa Diyos (Daniel 6:16-23). Kahit na ang tatlong kaibigan ni Daniel ay nakatali at inihagis sa naglalagablab na pugon dahil hindi sila sumamba sa diyus-diyosan, niluwalhati nila ang Diyos paglabas nila sa pugon nang walang anumang sugat o nasunog na bahagi ng katawan (Daniel 3:19-26).

Ang opisyal ng hukbong Romano sa Mateo 8 ay kinalugdan ng Diyos sa kanyang dakilang pananampalataya at nakatanggap siya ng mga kasagutan ng Diyos ayon sa kanyang pananalig. Nang sinabi niya kay Jesus na ang katulong niya ay naparalisado at dumaranas ng matinding paghihirap, nag-alok si Jesus na pumunta sa bahay ng opisyal para pagalingin ang katulong niya. Pero nang sabihin ng opisyal kay Jesus, *"Sabihin lamang po ninyo at gagaling na ang aking katulong"* at ipinakita ang dakilang pananampalataya at dakilang pag-ibig sa katulong niya, pinuri siya ni Jesus at sinabi,*"Tandaan ninyo: hindi pa Ako nakakita ng ganito kalaking pananampalataya sa buong Israel."* Nakakatanggap ang tao ng sagot mula sa Dios ayon sa kanyang pananampalataya, ang katulong ng opisyal ay gumaling noong oras ding iyon. Alleluia!

Marami pa. Sa Marcos 5:25-34 makikita natin ang pananampalataya ng isang babaing mahigit labindalawang taon nang dinudugo. Sa kabila ng pag-aalaga ng maraming duktor at ang malaking gastos, nagpatuloy sa paglala ang kalagayan niya. Nang mabalitaan niya ang tungkol kay Jesus, naniwala siya na gagaling siya kung mahahawakan lang niya ang laylayan ng Kanyang damit. Nang mapalapit siya sa likuran ni Jesus at hinipo ang laylayan, noon di'y gumaling ang babae.

Ano kayang klase ng puso mayroon ang opisyal na si Cornelio sa Mga Gawa 10:1-8, at anong paraan ang ginawa niya? Isa siyang Hentil na naglingkod sa Diyos, ang buong sambahayan niya ay tumanggap ng kaligtasan? Nalaman natin na si Cornelio at ang buong pamilya niya ay tapat at may takot sa Diyos; at naging mapagbigay siya sa mga nangangailangan at palagi siyang nananalangin sa Diyos. Kaya ang mga panalangin niya at mga handog sa mga mahihirap ay naging isang handog na inaaalala sa harap ng Diyos. Habang dinadalaw ni Pedro ang sambahayan niya upang sumamba sa Diyos, bawat isa sa pamilya ay tumanggap ng Banal na Espiritu at nagsimulang magsalita ng iba't ibang wika.

Sa Mga Gawa 9:36-42, makikita natin ang babaing si Tabita (na, kapag isinalin ay Dorcas) na laging gumagawa ng kabutihan at tumutulong sa mahihirap, pero nagkasakit siya at namatay. Nang puntahan siya ni Pedro sa udyok ng mga alagad, lumuhod itong si Pedro at nanalangin, at muling nabuhay ni Tabita.

Kapag ginagawa ng mga anak Niya ang kanilang mga tungkulin at nalulugod ang kanilang Ama, tinutupad ng Diyos na buhay ang naisin ng kanilang puso at ang lahat ng bagay ay mangyayari para sa kanilang kabutihan. Kapag totoong naniniwala tayo sa katotohanang ito, sa buong buhay natin ay palagi tayong makakatanggap ng mga kasagutan ng Diyos.

Sa mga konsultasyon o pakikipag-usap ko, nakakabalita ako ng tungkol sa mga taong minsan ay nagkaroon ng malaking pananampalataya, naglingkod nang mabuti sa iglesya, at naging tapat. Pero iniwan din ang Diyos nang dumaan sila sa pagsubok at pagdurusa. Sa tuwing may ganitong pangyayari, nadudurog ang puso ko dahil hindi man lang mawari ng mga taong ito (ang espirituwal na aspeto) kung bakit nagkaganuon.

Kung may tunay na pananampalataya ang mga tao, hindi nila iiwan ang Diyos kapag may pagsubok na dumating sa kanila. Kung may espirituwal na pananampalataya sila, magagalak sila, magpapasalamat, at mananalangin kahit na sa panahon ng pagsubok at pagdurusa. Hindi nila pagtataksilan ang Diyos, ni matutukso, o mawawalan ng ugnayan sa Kanya. Kung minsan, nagiging tapat ang tao dahil umaasa sila sa mga biyayang matatanggap o gusto nilang mapansin ng iba. Pero madaling makita ang kaibahan ng panalangin na may pananampalataya at ng panalangin na puno ng pakikipagsapalaran at ang magiging bunga ng mga ito. Kung ang isang tao ay nananalangin na may espirituwal na pananampalataya, ang panalangin niya ay tiyak na may kaakibat na mga gawang nakalulugod sa Diyos, at makakapagbigay siya ng dakilang luwalhati sa Kanya kapag nakamit niya ang bawat naisin niya.

Sa pamamagitan ng Biblia na siyang gabay natin, tiningnan

nating mabuti kung paanong ang mga ninuno natin sa pananampalataya ay nagpakita ng pananampalataya sa Diyos at kung anong klase ng puso mayroon sila para malugod Siya at matupad ang mga hinahangad ng kanilang puso. Sapagkat pinagpapala ng Diyos, gaya ng ipinangako Niya, ang lahat ng mga taong nagbibigay-lugod sa Kanya -- ang paraan ni Tabita na muling nabuhay ay kinalugdan Niya, kung paanong ang babaing taga Sunem na hindi magkaanak ay biniyayaan ng isang anak ay kinalugdan Niya, at kung paanong ang babae ay napalaya mula sa 12 taon ng pagdudugo dahil kinalugdan Niya -- manampalataya tayo at ituon ang ating mga mata sa Kanya.

Sinabi ng Diyos sa atin, "Kung may magagawa Ako?" tanong ni Jesus. *"Mangyayari ang lahat sa sinumang may pananampalataya."* (Marcos 9:23). Kapag totoo tayong nagtitiwala sa Kanya, tatapusin Niya ang ating mga problema. Kapag isusuko sa Kanya ang lahat ng mga alalahanin tungkol sa ating pananampalataya, mga sakit, mga anak, at pananalapi, at aasa sa Kanya, siguradong Siya ang tutulong sa atin sa lahat ng ito (Awit 37:5).

Sa pagbibigay-lugod sa Diyos na hindi nagsisinungaling, kundi tumutupad sa Kanyang sinabi, nawa'y ang bawat isa sa inyo ay makamit ang mga hinahangad ng inyong puso, magbigay ng dakilang kaluwalhatian sa Diyos, at mamuhay ng isang buhay na pinagpala, sa pangalan ni Jesu-Cristo, ito ang dalangin ko!

## Ang May-Akda:
# Dr. Jaerock Lee

Si Dr. Jaerock Lee ay ipinanganak noong 1943 sa Muan, Jeonnam sa Republika ng Korea. Noong nasa dalawampung taong gulang siya, nakaranas siya sa loob ng pitong taon ng iba't ibang uri ng sakit na wala nang lunas at naghintay na lang siya ng kamatayan, wala nang pag-asang gumaling pa. Isang araw, noong tagsibol ng 1974, isinama siya sa isang simbahan ng kapatid niyang babae. Nang lumuhod siya para manalangin, pinagaling kaagad siya ng Diyos na Buhay sa lahat ng sakit niya.

Noong sandaling nakatagpo ni Dr. Lee ang Diyos na Buhay dahil sa kamanghamanghang karanasang iyon, minahal na niya ang Diyos ng buong puso at katapatan. Noong 1978, tinawag siya bilang lingkod ng Diyos. Taimtim siyang nanalangin para lubos niyang maunawaan ang kalooban ng Diyos, gampanan ito at sumunod sa Salita Niya. Noong 1982, itinatag niya ang Manmin Central Church sa Seoul, Korea, at hindi mabilang na mga pagkilos ng Diyos, pati na ang mahimalang pagpapagaling at mga kababalaghan ang nagaganap sa kanyang simbahan.

Naordinahan siya bilang pastor sa Annual Assembly of Jesus' Sungkyul Church of Korea noong 1986. Pagkaraan ng apat na taon, noong 1990, nagsimulang isahimpapawid ang kanyang mga sermon sa Australia, Russia, Philippines, at marami pang iba sa Far East Broadcasting Company, Asia Broadcast Station, at Washington Christian Radio System.

Pagkalipas ng tatlong taon (1993), nahirang ng Christian World Magazine (US) ang Manmin Central Church bilang isa sa nangungunang limampung simbahan sa mundo (World's Top 50 Churches), at tumanggap siya ng Honorary Doctorate of Divinity mula sa Christian Faith College sa Florida, USA. Noong 1996, ginawaran siya ng Ph. D. in Ministry ng Kingsway Theological Seminary, Iowa, USA.

Simula noong 1993, nanguna si Dr. Lee sa mga pandaigdigang misyon sa mga krusada sa ibang bansa tulad ng Tanzania, Argentina, America (sa lunsod ng L.A., Baltimore, Hawaii at New York), Uganda, Japan, Pakistan, Kenya, Philippines, Honduras, India, Russia, Germany, Peru, Democratic Republic of Congo, Israel at Estonia.

Taong 2002 nang bansagan siya ng malalaking pahayagang Cristiano sa Korea bilang "worldwide revivalist" dahil sa kanyang makapangyarihang mga gawain sa iba't ibang krusada. Isa na dito ang 'New York Crusade 2006' na ginanap sa Madison Square Garden, ang pinakasikat na arena sa buong mundo. Ang mahalagang pangyayaring ito ay nai-brodkast sa dalawang daa't dalawampung bansa. At sa 'Israel United Crusade 2009' na ginanap sa International Convention Center (ICC) sa Jerusalem, buong tapang niyang inihayag si Jesu-Cristo bilang Mesiyas at Tagapagligtas.

Ibino-brodkast ang mga sermon niya sa isandaa't pitumpu't anim na bansa sa pamamagitan ng satellite kasama na ang GCN TV. At kabilang siya sa 'Top 10 Most Influential Christian Leaders' sa taong 2009 at 2010 ng kilalang pang-Cristianong magasin ng Russia ang In Victory at ng ahensya ng pagbabalita, ang Christian Telegraph, dahil sa ministeryo ng makapangyarihang brodkast sa TV at pagpapastor ng iglesya sa ibang bansa.

Noong Mayo 2013, ang Manmin Central Church ay may mahigit sa isandaa't dalawampung libong miyembro. Mayroong sampung libong sangay na iglesya sa ibang bansa, kasama ang limampu't anim na lokal na sangay, at mahigit sa isangdaa't dalawampu't siyam na misyonero ang naisugo na sa dalawampu't tatlong bansa kasama ang America, Russia, Germany, Canada, Japan, China, France, India, Kenya at marami pang iba.

Sa panahon ng paglilimbag nito, nakapagsulat na si Dr. Lee ng walumpu't limang libro kasama dito ang pinakamabiling Tasting Eternal Life Before Death, My Life, My Faith I & II, The Message of the Cross, The Measure of Faith, Heaven I & II, Hell, Awaken, Israel! at ang The Power of God. Naisalin na sa mahigit na pitumpu't limang wika ang mga sulatin niya.

Mababasa ang mga pang-Cristianong pitak niya sa The Hankook Ilbo, The JoongAng Daily, The Chosun Ilbo, The Dong-A Ilbo, The Munhwa Ilbo, The Seoul Shinmun, The Kyunghyang Shinmun, The Korea Economic Daily, The Korea Herald, The Shisa News, at The Christian Press.

Sa kasalukuyan, si Dr. Lee ay lider ng maraming organisasyon at asosasyong pang-misyonero, kasama ang mga sumusunod: Tagapangulo, The United Holiness Church of Jesus Christ; Presidente, Manmin World Mission; Permanenteng Presidente, The World Christianity Revival Mission Association; Tagapagtatag at Tagapangulo ng Lupon, Global Christian Network (GCN), World Christian Doctors Network (WCDN) at Manmin International Seminary (MIS).

### Langit I & II

Detalyadong paglalarawan ng napakaringal na tahanan na matatamasa ng mga tao sa langit at ang napakagandang mga antas ng kaharian ng langit.

### Ang Mensahe ng Krus

Makapangyarihang mensahe para sa lahat ng taong espirituwal na natutulog! Sa aklat na ito makikita ang dahilan kung bakit si Jesus ang tanging Tagapagligtas at ang tunay na pag-ibig ng Diyos.

### Impierno

Isang madamdaming mensahe sa lahat ng nilalang mula sa Diyos, na may kahilingang wala sanang mapahamak na kaluluwa patungo sa kalaliman ng Impierno! Iyong madidiskubre ang hindi pa naihahayag na nakaraan na talaan ng nakapangingilabaot na katotohanan ng Mababang Libingan at Impierno.

### Ang Sukat ng Pananampalataya

Anong uri ng tahanan, korona at mga gantimpala ang nakalaan sa iyo sa langit? Ang aklat na ito ay nagbibigay ng karunungan at gabay sa iyo para sukatin ang iyong pananalig at pagyamanin ang pinakamabuti at pinakaganap na pananalig.

### Buhay Ko, Pananalig Ko I & II

Napakabangong espirituwal na samyo na kinatas sa buhay na umusbong sa walang kaparis na pagmamahal para sa Diyos, sa gitna ng madidilim na alon, malamig na pamatok at ang pinakamalalim na desperasyon.

### Ang Kapangyarihan ng Diyos

Ang higit na binabasa na nagsisilbing gabay na kung saan ang isa ay makapang-hahawak ng tunay na pananampalataya at maranasan ang kahanga-hangang kapangyarihan ng Diyos.

www.urimbooks.com

www.ingramcontent.com/pod-product-compliance
Lightning Source LLC
LaVergne TN
LVHW051954060526
83820JLV00059B/3639